ഹോംസ്റ്റേ

Nadakkavu, Kozhikode, Kerala, 673011
www.insightpublica.com
e-mail: insightpublica@gmail.com

Title: **Homestay**
(Malayalam)
Author: **Sunil Cheriakudy**
Cover Design: Shyamnadh N
Book Design: kjvj@insight
First Edition: September 2022

Printed and Published by
InsightinPublica Printers & Publishers Pvt. Ltd.
ISBN 978-93-5517-193-1

ഹോംസ്റ്റേ

സുനിൽ ചെറിയകുടി

INSIGHT PUBLICA®

സമർപ്പണം

"നിനക്കതു കഴിയു"മെന്ന ആത്മവിശ്വാസം കുരുന്നിലേ
ഉള്ളിൽ പകർന്നുതന്ന, മൺമറഞ്ഞുപോയ
എന്റെ ഗുരുനാഥൻ കെ. റ്റി. ദാനിയേൽസാറിന്.

എറണാകുളം ജില്ലയിലെ കോതമംഗലം താലൂക്കിൽ ജനനം. 2008-ൽ കേരള-റവന്യൂവകുപ്പിൽനിന്നു ശൂന്യവേതനാവധിയെടുത്ത് കുടുംബത്തോടൊപ്പം ന്യൂസീലാൻഡിലേക്കു കുടിയേറി. 2019-വരെ വെല്ലിങ്ടൺ മെട്രോറെയിലിൽ ഉദ്യോഗസ്ഥനായിരുന്നു.

ആദ്യകഥാസമാഹാരമായ 'ലാസ്റ്റ്‌സ്റ്റേഷൻ' 2018-ൽ പ്രസിദ്ധീകരിച്ചു. അതിലെ 'ബാലന്റെ ഗ്രാമം' എന്ന കഥയെ ആസ്പദമാക്കിയുള്ള ഹ്രസ്വചിത്രം, 2017ലെ മികച്ച ഹ്രസ്വചിത്രത്തിനുള്ള കേരളസർക്കാരിന്റെ അവാർഡ് കരസ്ഥമാക്കിയിരുന്നു.

2019 ഫെബ്രുവരിമുതൽ ആസ്ത്രേലിയയിലെ ബ്രിസ്ബനിൽ താമസിച്ചുവരുന്നു.

ഭാര്യ: ഷൈനി സുനിൽ

മക്കൾ: ഡോൺ, മിഷേൽ, എസ്റ്റെൽ.

സുനിൽ ചെറിയകുടി

ആമുഖം

എന്റെ കഥകൾ വായിച്ചിട്ടുള്ള ഒരാൾ ഈയടുത്തകാലത്ത് എനിക്കൊരു സന്ദേശം അയച്ചു. അതിങ്ങനെയായിരുന്നു:

"സ്ഫടികഗോളത്തിനു മുകളിൽപ്പറ്റിയിരിക്കുന്ന
ജലത്തുള്ളിപോലേ സുതാര്യവും ഋജുവും
കന്മഷരഹിതവും സുന്ദരവുമായ കഥകൾ;
പ്രകൃതിയുടെ സൂക്ഷ്മഭാവഭേദങ്ങളിലേക്കുള്ള കണ്ണാടിയും.
ആ വെള്ളത്തുള്ളിയിലേക്കു നോക്കിയാൽ,
സ്ഫടികഗോളംപോലെ നമുക്കുചുറ്റുമുള്ള ലോകത്തെ
നേർമ്മയായ്, സ്നേഹത്തിന്റെ വെളിച്ചത്തിൽ കാണാം
പ്രകൃതി, മനുഷ്യജീവിതത്തിൽ ലയിച്ചുകിടക്കുന്ന മനോഹരക്കാഴ്ച."

കഥകൾ വായിച്ച സായാഹ്നത്തിൽ, നടക്കാൻപോകുന്നവഴി കവി കൂടിയായ ആ വ്യക്തിയുടെ മനസ്സിൽ കടന്നുവന്ന ബിംബമായിരുന്നു സ്ഫടികഗോളവും ജലത്തുള്ളിയും. തോന്നൽ അപ്പോൾത്തന്നെ കവിത തുളുമ്പുന്നഭാഷയിൽ എനിക്ക് അയച്ചുതരുകയായിരുന്നു.

എന്റെ മൊബൈൽഫോണിൽ ഈ വാക്യങ്ങൾ വായിച്ചപ്പോൾ, സ്ഫടികഗോളത്തിൽ പറ്റിപ്പിടിച്ചിരിക്കുന്ന ചെറിയ വെള്ളത്തുള്ളിയെ, കണ്ണിൽ ഉരുണ്ടുകൂടിയ നീർത്തുള്ളികളുടെ മറവിലൂടെ ഞാനും കാണുകയായിരുന്നു.

ജീവിതം നേരിട്ടുകാണിച്ചുതരാത്ത ഒന്നിനെക്കുറിച്ചും ഞാനിതുവരെ എഴുതിയിട്ടില്ല. ഓരോ കഥാരചനയിലും ഒരു കടഞ്ഞെടുക്കൽപ്രക്രിയ നടക്കുന്നുണ്ട്. എല്ലാ എഴുത്തുകാർക്കും ഈ അനുഭവം ഒരുപോലേയായിരിക്കാം. പക്ഷേ, സ്നേഹത്തിന്റെയും പ്രതീക്ഷയുടെയും ക്രീംമാത്രമാണ് ആ കടച്ചിലിന്റെ അനന്തരഫലമായ് എന്റെ കഥകളിലൂടെ ഉരുത്തിരിഞ്ഞുവരുന്നത്. അതിന്റെ കാരണം, എനിക്കിപ്പോഴും മനസ്സിലായിട്ടില്ല.

മനുഷ്യനെന്ന വാക്കിന് എന്റെ മനസ്സിൽ ഒരു ചിത്രംമാത്രമേ വരയ്ക്കാൻ കഴിയൂ എന്നെനിക്കു തോന്നുന്നു. ആ മനുഷ്യന്റെ വംശവും നിറവും ഭാഷയുമെല്ലാം ഒന്നാണ്. അതുകൊണ്ടുതന്നെ വിദേശപശ്ചാത്തലത്തിൽ കഥകൾ എഴുതുമ്പോഴും എന്റെ കഥയിലെ കഥാപാത്രങ്ങൾ ആ ദേശങ്ങളിൽമാത്രമായ് ഒതുങ്ങിനില്ക്കുന്നില്ല. അവർ ഏതു ദേശക്കാർക്കും അവരിൽ ഒരാളാണ്.

ഒരു കഥയുടെ വിത്ത് മനസ്സിൽ മുളപൊട്ടി, അതു പൂർണ്ണവളർച്ച പ്രാപിക്കുന്നിടംവരെയും രചനപ്രക്രിയ എനിക്കു പ്രാർത്ഥനയ്ക്കു തുല്യമായ ആത്മീയാനുഭൂതിയാണ്. കഥ എവിടേക്കെന്നെ നയിക്കുന്നോ അവിടേക്കാണ് എന്റെ യാത്ര. ഒരു കഥയുടെയും ഒടുക്കം അതെഴുതിത്തുടങ്ങുമ്പോൾ എനിക്കറിയില്ലാത്തതും അതുകൊണ്ടാണ്.

കഥ തനിയേ വളർന്ന് വികാസംപ്രാപിക്കുന്നു.

ഹോംസ്റ്റേ എന്ന ഈ കഥാസമാഹാരത്തിലെ പത്തു കഥകളും ആ രീതിയിൽ വളർച്ചപ്രാപിച്ചവയാണ്. വൃക്ഷങ്ങളുടെ ജനുസ്സിലും വലിപ്പത്തിലും പ്രത്യുത്പാദനശേഷിയിലും വ്യത്യാസങ്ങളുണ്ടാവാം. എന്നാൽ, എല്ലാറ്റിനും പൊതുവായ് ഒരു ഗുണം ഉറപ്പിക്കാം. അവയിൽക്കായ്ക്കുന്ന പഴങ്ങൾ ആരിലും ഛർദ്ദിയും അജീർണ്ണവും ഉണ്ടാക്കുകയില്ല.

ഓക്കുമരത്തിന്റെ ഒരു വിത്ത് കണ്ണിൽപ്പെട്ടിടത്തുനിന്നാണ് ബോൺസായ് എന്ന കഥ ജനിക്കുന്നത്. പച്ചയായ ചില കാഴ്ചകൾ യിഡാക്കിയെന്ന കഥയ്ക്കു വഴിയൊരുക്കി. ഓരോ കഥയ്ക്കു പിന്നിലും വേറൊരു കഥകൂടെ പറയാനുണ്ടാകും.

അവഗണന, അടിച്ചമർത്തൽ, വിഷാദം, വംശീയാധിക്ഷേപം, ഉപബോധമനസ്സിലെ മായാത്ത മുറിവുകൾ, പലായനത്തിന്റെ പ്രാണവേദന, എല്ലാറ്റിനുപരിയായ്, ഭയപ്പെടുത്തുന്ന ഏകാന്തത. ജീവിതം കല്പിച്ചുനല്കിയ ചതവുകളും മുറിവുകളും പേറുന്നവരാണ് ഓരോ മനുഷ്യനും. എല്ലാ വേദനകൾക്കും സിദ്ധൌഷധം, ഈ ലോകത്തിൽ സ്നേഹംമാത്രമാണ്.

ഈ കഥാസമാഹാരത്തിന്റെ രചനയിലും പ്രസിദ്ധീകരണത്തിലും കൈത്താങ്ങു നല്കിയ ആരെയും വിസ്മരിക്കാൻ കഴിയുകയില്ല. കഥകൾ സൂക്ഷ്മമായ് വായിച്ച്, ലഘുപഠനമെഴുതിത്തന്ന കഥാകൃത്ത് വി നടരാജൻ എടുത്തുപറയേണ്ട പേരാണ്. ഓരോ കഥയെക്കുറിച്ചും അദ്ദേഹം എഴുതുകമാത്രമല്ല, വിശദമായ് ഫോണിലൂടെ പറയുകകൂടെചെയ്തപ്പോൾ, ആ വാക്കുകൾ നല്കിയ ഊർജ്ജം ചെറുതല്ല. പുസ്തകത്തിന്റെ പിൻപുറത്തെ സുഭഗമായ ചെറുകുറിപ്പുകളിലൂടെ, തലയിൽത്തൊട്ടനുഗ്രഹിച്ച സക്കറിയസർ, വി. ആർ. സുധീഷ്സർ, പരിചയപ്പെട്ടനാൾമുതൽ കഥകൾ വായിച്ച് അഭിപ്രായങ്ങൾ പറയുന്ന, ജെസ്സിറ്റീച്ചർ, ആമി ലക്ഷ്മി, താരച്ചേച്ചി, പ്രിയ സുനിൽ, ശ്യാംനാഥ്, ഉണ്ണി മാധവൻ, പ്രശാന്തൻ കാക്കശ്ശേരി; എഴുതിക്കൂട്ടിവയ്ക്കുന്നതെല്ലാം ശ്രദ്ധയോടെ, തേച്ചുമിനുക്കിയ വസ്തുങ്ങൾപോലേ വൃത്തിയാക്കി, അയച്ചുതരുന്ന സിന്ധു; കഥകൾ തിരഞ്ഞെടുത്ത് പ്രസിദ്ധീകരിക്കാൻ സൗമനസ്യംകാണിച്ച പത്രാധിപന്മാർ; ഈ സമാഹാരം പബ്ലിഷുചെയ്യുന്ന 'ഇൻസൈറ്റ് പബ്ലിക്ക'; പിന്നെ, സുഹൃത്തുക്കൾ; ബന്ധുജനങ്ങൾ; നിര നീളുന്നു.

പ്രിയരേ, നിങ്ങളെ എല്ലാവരെയും ഏറ്റവും സ്നേഹത്തോടെയാണ് ഞാൻ ഈ നിമിഷത്തിൽ ഓർമ്മിക്കുന്നത്. കഥകളുടെ രചനകൾകൊണ്ടുമാത്രം ഒരു ബുക്ക് പൂർത്തിയാകുന്നില്ലല്ലോ. ഈ സമാഹാരത്തിന്റെ സൃഷ്ടിയിൽ നിങ്ങൾ ഓരോരുത്തരും വഹിച്ച പങ്ക് അത്രയും വലുതാണ്.

ഒറ്റപ്പെട്ട ഒരു ഭൂഖണ്ഡത്തിന്റെ കോണിലിരുന്നു കൗതുകത്തോടെയാണ് ഞാൻ ഈ ലോകത്തെയും അതിലെ മനുഷ്യരെയും നോക്കിക്കാണുന്നത്. ഞാൻ കാണുന്ന കാഴ്ചകൾ മറ്റുള്ളവരെയും കാട്ടികൊടുക്കണമെന്നുള്ള കൊച്ചുകുട്ടിയുടെ ഉത്സാഹമാണ് കഥകളെഴുതാനുള്ള എന്റെ പ്രചോദനം. അതു വാരികകളിൽ അച്ചടിച്ചുവരുമ്പോഴും പുസ്തകരൂപംപ്രാപിക്കുമ്പോഴും എന്റെ സന്തോഷം വലുതാണ്. വായനക്കാർ അതു കൈനീട്ടിസ്വീകരിക്കുമ്പോൾ, ആ സന്തോഷം ഇരട്ടിയാകുന്നു.

സുനിൽ ചെറിയകുടി

ഉള്ളടക്കം

കഥകൾ

വെറുംമനുഷ്യരുടെ ഗീതങ്ങൾ സുനിൽ ചെറിയകുടിയുടെ കഥകൾ: ഒരു ലഘുപഠനം

വി. നടരാജൻ

വിസ്മയമെന്നതു വായനയിൽ വളരെ വലിയൊരു വാക്കാണ്. അനുഭവിക്കുന്നവരിൽ ഉളവാകുന്ന നിരവധി പ്രത്യാഘാതങ്ങളിൽ ഒന്നിലധികം ഇടങ്ങൾ കൈയടക്കുന്ന ഒന്നാണ് വിസ്മയം. കഥകൾ ഒരു വായനക്കാരനെ വിസ്മയിപ്പിക്കണം എന്നു വിശ്വസിക്കുന്ന ഒരാളാണ് ഈ കുറിപ്പെഴുതുന്നത്.

കഥകളിലെ വിസ്മയമെന്ന പ്രക്രിയ, ഒരു സംഘം വാക്കുകൾ ആദിമദ്ധ്യാന്തക്രമത്തിൽ കൃത്യമായ കണക്കൊപ്പിച്ച സംഘടിപ്പിക്കുമ്പോൾമാത്രമേ സാദ്ധ്യമാവൂ എന്നു ഞാൻ കരുതുന്നില്ല. പരമ്പരാഗത കഥാരീതിയായ 'ഒരിടത്തൊരു രാജാവുണ്ടായിരുന്നു' എന്ന മട്ടിൽനിന്നു പൂർണ്ണമായ് മാറിനിന്നുകൊണ്ട്, വായനക്കാരന്റെ ധിഷണയിലേക്ക് അഗ്നിപുരട്ടിയ അമ്പുകൾ എയ്തുവിട്ട കഥകൾക്കും ഈ വിസ്മയം സാദ്ധ്യമാക്കാമെന്ന്, മലയാളകഥ ആധുനികവൽക്കരിക്കപ്പെട്ട എഴുപതുകളിൽ നാം കണ്ടതാണല്ലോ?

ഭാഷയിലെ ആദ്യകഥയായ 'വാസനാവികൃതി', നാം വായിച്ചിട്ട് ഇപ്പോൾ നൂറ്റിമുപ്പതു വർഷങ്ങൾ പൂർത്തിയായിരിക്കുന്നു. അതിലെ നായകൻ ഇക്കണ്ടക്കുറുപ്പിന്റെ കർമ്മഫലമാണ് നമ്മെ

വിസ്മയിപ്പിച്ചതെങ്കിൽ, ഉണ്ണി ആർ., 'കാളിനാടക'മെന്ന കഥയിൽ അവതരിപ്പിച്ച ശ്രീനാരായണഗുരുവിന്റെ പത്നി, കാളിക്കുട്ടിയുടെ ഇതിഹാസതുല്യമായ ജീവിതരേഖയാണ് നമ്മെ വിസ്മയ്പ്പിച്ചത്.

കഴിഞ്ഞുപോയ കാലത്തിലെ വായനയിൽനിന്ന് എണ്ണിയാലൊടുങ്ങാത്ത കഥകളും കഥാപാത്രങ്ങളും നമ്മുടെ മുന്നിലേക്കു വീണ്ടും മിഴിവോടെ കടന്നുവരുന്നത്, വായിക്കപ്പെട്ട സമയങ്ങളിൽ അവർ ഓരോ വായനക്കാരനിലും സൃഷ്ടിച്ച വിസ്മയത്തിന്റെ ആഴംകൊണ്ടുമാത്രമാണ്. 'മാർത്താണ്ഡവർമ്മ'യിലെ (1891) പാറുക്കുട്ടിയും അനന്തപദ്മനാഭനും; 'ഇന്ദുലേഖ'യും (1889) സൂരിനമ്പൂതിരിപ്പാടും മാധവനുംമുതൽ 'മനുഷ്യന് ഒരാമുഖ'ത്തിലെ (2010) ജിതേന്ദ്രനുംവരെയുള്ള കഥാപാത്രങ്ങൾ ഈ വിസ്മയത്തിന്റെ സ്രഷ്ടാക്കളാണ്. അങ്ങനെ, വിസ്മയപ്പെടുത്താത്ത പരശ്ശതംകഥാപാത്രങ്ങൾ മടങ്ങിവന്നതുമില്ല.

എന്റെ മുന്നിലിരിക്കുന്നത് ഒരു ആസ്ത്രേലിയൻപ്രവാസിയെഴുത്തുകാരന്റെ കഥകളാണ്. പക്ഷേ, ഇവിടെ ഘടനാപരമായ ഒരു വ്യത്യാസമുണ്ട്. മറ്റുപ്രവാസിയെഴുത്തുകാർ അന്യനാട്ടിൽ കാലുറപ്പിക്കുന്ന അതേ സമയത്ത്, കേരളത്തിൽ മനസ്സുറപ്പിച്ചുകൊണ്ടാണ് ഈ പ്രവാസി, കഥകൾ രചിക്കുന്നത്. താൻ ജീവിക്കുന്ന വൻകരയിലേക്ക് കഥകളിലൂടെ നമ്മെ അദ്ദേഹം കൂട്ടിക്കൊണ്ടുപോകുന്നു.

ഇതൊരു പുതിയ വായനാനുഭവമാണ്. അതുകൊണ്ടാണ് ഈ കഥകൾ ശ്രദ്ധ നേടുന്നത്.

1.

'ബോൺസായ്' അടച്ചിട്ടവന്റെ, അമർത്തപ്പെട്ടവന്റെ, നിഷേധിക്കപ്പെട്ടവന്റെ, നിഷ്കാസിതന്റെ കഥയാണ്. ഒറ്റവാക്കിൽപ്പറഞ്ഞാൽ അതു നമ്മളോരോരുത്തരുമാണ്. ഒറ്റയ്ക്കായിപ്പോകുന്ന മനുഷ്യന്റെ കർമ്മഫലത്തിന്റെ പ്രതീകമായ ചെറിയമ്മമാത്രമേയുള്ളൂ [illegible]. [illegible] കടുത്ത ഒറ്റപ്പെടൽ മറ്റാരും കാണാതെ ഒരു അദൃശ്യമേലാപ്പുപോലേ അവർ അണിഞ്ഞിരിക്കുന്നു. അവർക്കതിൽ യാതൊരു പരാതിയുമില്ല.

വാക്കുകളിലും ബിംബങ്ങളിലും സുനിൽ പുലർത്തുന്ന മിതത്വത്തിനുപ്പുറം, ഇക്കഥയിൽ പ്രത്യക്ഷപ്പെടുന്ന ബിംബങ്ങൾ വിസ്മയാവഹങ്ങളാണ്. ബുദ്ധവിഹാരത്തിലേക്കുള്ള സന്ദർശനം നോക്കുക. ഐഹികലോകത്തുനിന്നു തന്റെയുള്ളിലേക്ക് ഒറ്റയ്ക്കു നടന്നുപോയ ലുംബിനിയിലെ ആ രാജകുമാരനല്ലാതെ മറ്റാരാണ് ഇവിടെ പ്രത്യക്ഷപ്പെടേണ്ടത്?

2.

ഒരു വൃദ്ധസദനത്തിലെ അന്തേവാസിയോട് അവിടത്തെ നേഴ്സിന് എത്രത്തോളം കരുണയും സ്നേഹവും കരുതലും ഉണ്ടാവാം? ഉത്തരം ആപേക്ഷികമാണ്. സുനിൽ പക്ഷേ, ഇക്കാര്യത്തിൽ ഒരു കോംപ്രമൈസിന് അഥവാ ഉപാധിക്കു സന്നദ്ധനല്ല. ആ നേഴ്സിനെ അവധരിപ്പിക്കുമ്പോൾ, അഭയാർത്ഥികൾ കയറിയ ഒരു കടത്തുബോട്ട് നമ്മുടെ മുന്നിലേക്കു വരുന്നു. സ്വന്തം കുഞ്ഞിനായിക്കരുതിയ കുപ്പിപ്പാൽ, അശരണനായ മറ്റൊരു കുഞ്ഞിന് അവൾ നീട്ടിക്കൊടുക്കുന്നു. കഥാകാരന്റെ ബ്രഷ് അതീവ സൂക്ഷ്മതലങ്ങളിലൂടെ നീങ്ങിനീങ്ങിപ്പോകുന്നു. കഥ ജന്മം കൊള്ളുകയായി. അതു വർണ്ണവിവേചനത്തിലേക്കും വാർദ്ധക്യത്തിന്റെ ഒറ്റപ്പെടലുകളിലേക്കും ശാഠ്യങ്ങളിലേക്കും വഴിതിരിഞ്ഞുപോകുന്നു.

രണ്ടു വിസ്മയങ്ങളാണ് ഇക്കഥയുടെ ക്ലൈമാക്സിലുള്ളത്. അതു വായിച്ചറിയേണ്ടതാണ് എന്നുതന്നെ ഞാൻ പറയുന്നു. എക്സൈറ്റ്മെന്റിന്റെ ഉത്തുംഗശ്രേണിയിൽ മനസ്സിനെ ശാന്തമാക്കാൻ ഒരു ചായകുടിക്കണം" എന്നു തോന്നുന്ന ഒലിയയെന്ന കഥാപാത്രം, ഖസാക്കിലെ രവിയിൽക്കുറഞ്ഞ് ഒന്നുമല്ല. ഖസാക്കിലാവട്ടെ 'ഷെയ്ഖിന്റെ മൊഴി'യെന്ന ഇരുപത്തൊന്നാമദ്ധ്യായത്തിൽ, ചാന്തുമുത്തുവിന്റെ മരണം ഉൾക്കൊള്ളാൻ ഒരിത്തിരിനേരം ചോദിച്ചുവാങ്ങുന്ന രവി, "ചായ കുടിച്ചിട്ടു പൂവ്വാം മാധവന്നായരേ" എന്നാണു തീരുമാനിക്കുന്നത്. ഇക്കഥ പൂർണ്ണമാവുമ്പോൾ നായികയായ ഒലിയ, രവിയുടെ തലത്തിലേക്കാണുയരുന്നത്.

3.

ഇ. ഹരികുമാറിന്റെ പ്രസിദ്ധമായ ഒരു കഥയുണ്ട്. അമ്മ മരിച്ചുപോയ ഒരു കുട്ടി, അമ്മയോടൊപ്പം വളർന്ന വാടകവീട്ടിൽനിന്നു മാറിപ്പോകാൻ വിസമ്മതിക്കുന്നു. അമ്മയുടെ ഗന്ധം, അമ്മയുടെ ഊഷ്മളത, അമ്മയുടെ ആത്മാവ് ഇതൊക്കെയും ആ വീട്ടിലാണ് എന്ന് അവൻ അച്ഛനോടു പറയുന്നു. വായനക്കാരന്റെ ഹൃദയം പിളർന്നുകൊണ്ട് കഥാകാരൻ ഇതു ചിത്രീകരിച്ചത് വളരെ വർഷങ്ങൾക്കുമുമ്പാണ്. അതിലടങ്ങിയ തീവ്രമായ ദുഃഖത്തേക്കാൾ, ആ കുട്ടിയുടെ ഒറ്റപ്പെടലിന്റെ ആഖ്യാനമായിരുന്നു വായനക്കാരനെ വിസ്മയിപ്പിച്ചത്. ഒറ്റപ്പെടുന്ന കുട്ടികൾ ഹരികുമാറിന്റെ ഒന്നിലധികം കഥകളിൽ പ്രത്യക്ഷപ്പെട്ടിട്ടുണ്ട്.

ഈ സമാഹാരത്തിലെ 'ഇടം' എന്ന കഥ മുന്നോട്ടുവയ്ക്കുന്നതും ഈ സന്ദേശംതന്നെ.

കുടുംബത്തിന്റെ ഭദ്രതയെക്കുറിച്ച് വ്യാകുലപ്പെടുന്ന പ്രവാസിയായ ഒരച്ഛനാണ് ഈ കഥയിലെ നായകൻ. വീടിന്റെ സ്വകാര്യതപ്പരിമിതികളെക്കുറിച്ച് പരാതിപ്പെടുന്ന മക്കളാണ് അയാൾക്കുള്ളത്. ചെറുപ്പത്തിൽ ഒരൊറ്റമുറിവീട്ടിൽ വിധവയായ അമ്മ തങ്ങളെ വളർത്തിയെടുത്ത ഓർമ്മകളിൽ അയാൾ രണ്ടു തലമുറകളുടെ വീക്ഷണവ്യതിയാനങ്ങളുടെ മുന്നിൽ പതറിപ്പോകുന്നു. അമ്മയോടുള്ള ഫോൺസംഭാഷണത്തിൽ ഈ കഥയുടെ സന്ദേശം പറയാതെതന്നെ വായനക്കാരനു മുന്നിൽ അനാവൃതമാവുകയാണ്. അമ്മക്കിളി കുഞ്ഞുങ്ങളെ ചുട്ടിപ്പിടിച്ചു നിറുത്തുന്ന ധന്യതയാണ് കഥ അവശേഷിപ്പിക്കുന്നത്. ആ സന്ദേശം ലഘുവായ ഒന്നല്ലതാനും.

4.

സുനിൽ ഒരു റെയിൽവേയുദ്യോഗസ്ഥൻ ആയിരുന്നതുകൊണ്ടു കൂടെയായിരിക്കണം, അദ്ദേഹത്തിന്റെ കഥകൾ, നാമൊക്കെയും ഒറ്റയ്ക്കു നടത്തുന്ന ഒരു തീവണ്ടിയാത്രപോലെയാണെന്ന് എനിക്കു തോന്നുന്നത്. സ്റ്റേഷനിലും പ്ലാറ്റഫോമിലും കോച്ചുകളിലും ഒരു വലിയ ആൾക്കൂട്ടമാണ് നമുക്കുചുറ്റുമുള്ളത്. എന്നാൽ, അവയൊന്നും നമ്മെ വ്യാകുലപ്പെടുത്തുന്നില്ല. ടിക്കറ്റെടുത്ത്, ഇരിപ്പിടം കണ്ടെത്തി, ലഗ്ഗേജ് ഭദ്രമാക്കി, നാം യാത്ര പോകുന്നു. ചുറ്റുമുള്ളവരെ കാണുന്നു; കേൾക്കുന്നു; പുറത്ത് പിന്നിലേക്കോടിപ്പോകുന്ന കാഴ്ചകൾ കണ്ടുരസിക്കുന്നു; രസിക്കാതിരിക്കുന്നു. ഒടുവിൽ ഇറങ്ങേണ്ടിടത്ത് ഇറങ്ങിപ്പോരുന്നു. യാത്രയുടെ തൃപ്തി, സന്തോഷം.

'ഹോംസ്റ്റേ'യെന്ന കഥ നോക്കൂ. മാർത്തയുടെ ഹോംസ്റ്റേയിലേക്ക് അവധിക്കാലം ചെലവിടാൻ വരുന്ന കുടുംബത്തെയാണ് നാം ആദ്യം കണ്ടുമുട്ടുന്നത്. കഴിവുറ്റ ഒരു വീട്ടമ്മയായ മാർത്ത; അവൾക്കുചുറ്റുമുള്ള സസ്യ-ജന്തുജാലങ്ങളുടെ ഒരു വലിയ ലോകം; അവിടെ വളരെ സ്വാധീനമൊന്നുമില്ലാത്ത അവളുടെ ഭർത്താവ് എഡ്മണ്ട്; ഡെക്സ്റ്ററെന്ന മൂരിക്കുട്ടൻ; ക്രാങ്കിയെന്ന മുട്ടനാട്; കോഴിക്കൂട്ടിലെ മുട്ടയുടെ സ്വർഗ്ഗീയ രുചി; നീലമുട്ടയിടുന്ന 'സുന്ദരി'യെന്ന കോഴിയമ്മ; കാട്ടുതാറാവുകൾ; ഇവരൊക്കെയും ജീവിക്കുന്ന പുറത്തെ പച്ചപ്പുൽത്തകിടികളിലേക്ക് - പാഡക്കുകളിലേക്ക് - വഴിതുറക്കുന്ന വിശാലമായ വീട്ടുവളപ്പ്. ഇവയ്ക്കൊക്കെയുമിടയിലൂടെ, കറുത്തൊരു വിഷപ്പാമ്പ് ഇഴഞ്ഞുകയറുന്നതുപോലെ മാർത്തയുടെ ജീവിതം നമുക്കു വായിക്കാനാവുന്നു. അവളുടെ നിസ്സഹായതയിലേക്ക് പക്ഷേ, ഒരു ഡിവൈനിടപെടൽപോലെ

താണിറങ്ങിവന്ന ഒരു ഇടിമിന്നൽ, വായനക്കാരനു നല്കിയ ആശ്വാസം ചെറുതായിരുന്നില്ല.

ഈ ഇടിമിന്നൽ ഒരു വ്യത്യസ്തപ്രതീകമാണ്. മലയാളകഥയുടെ ഒരു ഗതാനുഗതികത്വമനുസരിച്ച് മദ്യാസക്തന്റെ സ്വഭാവവ്യതിയാനം മാറിപ്പോകുന്നതിനു ഹേതുവായ് നാം കണ്ടുമുട്ടേണ്ടിയിരുന്നത് ഒരു ധ്യാനകേന്ദ്രത്തിന്റെയോ പുരോഹിതന്റെയോ കുടുംബസുഹൃത്തായ ഒരു ഡോക്ടറുടെയോ നന്മയുടെ പ്രതീകമായ ഒരു സ്ത്രീകഥാപാത്രത്തിന്റെയോ ഇടപെടലാണ്. ഇവിടെ യാതൊന്നുമില്ല. പകരം, ആകാശൗന്നത്യങ്ങളിൽനിന്ന് ഇറങ്ങിവന്ന ഒരിടിമിന്നലാണ് ആ കൃത്യം നിർവ്വഹിച്ച്, മടങ്ങിപ്പോയത്. മാർത്തയുടെ ജീവിതത്തിൽ തണുപ്പു വിതയ്ക്കുകയായിരുന്നു അതിന്റെ വിചിത്രനിയോഗം!

ആ ആശ്വാസഘട്ടത്തിൽനിന്ന്, കഥ നാം വായിക്കുന്ന വർത്തമാനനാളുകളിലേക്ക് ഒരു വർഷത്തിന്റെ ദൈർഘ്യമുണ്ട്. വാത്സല്യപൂർവ്വം വളർത്തിയിരുന്ന മൃഗങ്ങൾ ഇപ്പോൾ മാർത്തയുടെ ഫ്രീസറിലാണുള്ളത്. അവളുടെ വ്യക്തിത്വവ്യതിയാനം ഇതിലപ്പുറമൊരു ബിംബമുപയോഗിച്ചു പറയാനാവില്ല. നിരന്തരമായ ദൗർഭാഗ്യങ്ങൾ, ഒരു സ്ത്രീയെ കരുത്തുറ്റവളാക്കി എന്നു നാം കാണുന്നു.

നമ്മുടെ സ്റ്റേഷൻ എത്താറാവുന്നു. സഫലമായ ഒരു യാത്രയാണ് ഈ കഥ.

5.

സുനിൽ ചെറിയകുടി കഥ പറയുകയല്ല, അതു വായനക്കാരനെ അനുഭവിപ്പിക്കുകയാണു ചെയ്യുന്നത്. 'കാറോറിയിലേക്കു പോകുന്ന ബസ്സ്' ഈയൊരനുഭവമാണു നല്കുന്നത്. കഥപറയുന്നതു ജോർജ്ജാണ്. ജോണെന്ന ചെറുപ്പക്കാരന്റെ കഥയാണ് അയാൾ പറയുന്നത്. ജോണിന്റെ രണ്ടാനമ്മയുടെ മരണത്തിലാണ് കഥയിലെ അവരുടെ സംഭാഷണമാരംഭിക്കുന്നത്. ഒരു സുഗന്ധവാഹിയായ പുഷ്പം ഇതൾ വിരിയുന്ന സ്വാഭാവികലാഘവത്വത്തോടെയാണ് കഥ നമുക്കു മുന്നിൽ പ്രത്യക്ഷമാവുന്നത്. ജീവിതത്തിന്റെ കയറ്റിറക്കങ്ങളിൽ ഒരു ഊഞ്ഞാൽ പോലേ നിലയും നിയന്ത്രണവുംവിട്ട് ആടിപ്പോയ ഒരു ജീവിതം നാം കാണുന്നു. കുടുംബസൗഭാഗ്യങ്ങൾ കൈനീട്ടിത്തൊടാതെ, കാലം ജോണിനെമാത്രം ലക്ഷ്യംവയ്ക്കുകയും അയാളുടെ മാനസികനില താളംതെറ്റുകയും ചെയ്യുന്നിടത്ത്, മനുഷ്യജീവിതത്തിന്റെ അസന്തുലിതാവസ്ഥയിൽ നാം അമ്പരക്കുകയാണു ചെയ്യുന്നത്.

നിലതെറ്റിപ്പോകുന്ന ഒരു ജീവിതം, ഒരാൾ ഘട്ടംഘട്ടമായ് തിരിയേ പിടിക്കുന്നതും അതിന്റെ ശുഭപര്യവസാനം എപ്പോഴാണെന്നറിയാൻ നമുക്കുള്ളിൽ ഒരു ത്വര ഉണർന്നുവരികയുംചെയ്യുന്ന മനോഹരമായ അനുഭവമാണ് ഈ കഥ. പക്ഷേ, നമ്മെ ആ അന്വേഷണത്വരയിൽ നിറുത്തിക്കൊണ്ടുതന്നെ ജോൺ കഥയിൽനിന്ന് ഒഴിഞ്ഞുപോകുന്നു. ജോൺ കാത്തുനില്ക്കുന്ന ഒരു ബസ്സ് സ്റ്റോപ്പിൽ നമ്മെയും ഉപേക്ഷിച്ചുകൊണ്ട് ജോർജ്ജും അപ്രത്യക്ഷനാവുന്നു. പോസ്റ്റോഫീസിലേക്ക് ഒരു പാർസൽ അയയ്ക്കാൻ പോകുന്ന ജോർജിന്റെക്കൂടെ നടക്കാൻ നമുക്കും തോന്നിപ്പോകുന്നു.

ഈ കഥയിൽ അന്തർലീനമായ അനാഥത്വം നിങ്ങളെ വേദനിപ്പിക്കും. രണ്ടാനമ്മയ്ക്കു പ്രിയപ്പെട്ട ഒരു പൂച്ചയുണ്ടായിരുന്നു. അവരുടെ മരണശേഷം അതു മൃഗങ്ങളുടെ ഒരു സൂക്ഷിപ്പുകേന്ദ്രത്തിലേക്കു പോയി. തികച്ചും നിർവ്വികാരനായിട്ടാണ് ജോൺ അതു പറയുന്നത്. എന്നാൽ, വായനക്കാരന്റെയുള്ളിൽ ആ പൂച്ചയുടെ നേർത്ത ഒരു കരച്ചിൽ ബാക്കി നില്ക്കും. കാരണം, അവന്റെ അപ്പനും രണ്ടാനമ്മയ്ക്കുമിടയിലെ ദുർബ്ബലമായ ആത്മബന്ധത്തിന്റെ പ്രതീകമായിരുന്നു അത്. അപ്പന്റെ പുതിയ ഭാര്യയ്ക്കും ഒരു പൂച്ചയുണ്ട് എന്നറിയുമ്പോൾ ആ പുതിയ ബന്ധവും ഏതു വഴിക്കാണ് പോകുന്നതെന്നു നമുക്കു മനസ്സിലാകും.

അനായാസമായിട്ടാണ് സുനിൽ ഇതൊക്കെയും കൈകാര്യംചെയ്തിരിക്കുന്നത്. പലപ്പോഴും ഈയൊരു ത്രീ ഡയമെൻഷനൽഫീലാണ് സുനിൽക്കഥകളുടെ മുഖമുദ്ര.

6.

ഈ സമാഹാരത്തിൽ ഞാൻ ഏറ്റവും വിലമതിക്കുന്ന കഥയാണ് 'നിഴൽ'. ഇതൊരു 'പത്മനാഭൻ'സ്കൂൾക്കഥയാണ്. കഥാകാരനെക്കാൾ വായനക്കാരൻ കഥ അനുഭവിക്കുന്ന ആ അപൂർവ്വാനുഭവമാണ് 'നിഴൽ'. ജീവിതത്തെസ്സംബന്ധിച്ച് ഒരു സന്നിഗ്ദ്ധഘട്ടത്തിൽ എത്തിപ്പെടാത്ത ആരാണുള്ളത്? ടു ബി ഓർ നോട്ട് ടു ബി എന്നു മനസ്സിൽ പറയാത്ത ആരാണുള്ളത്? ജീവിതം നിലയ്ക്കുന്ന ഒരു സമയത്തിൽ ചെന്നുചേരാത്ത ആരാണുള്ളത്? "ഏലീ ഏലീ ലമ്മാ സബ്കതാനീ" അഥവാ, ദൈവമേ, ദൈവമേ നീയെന്നെ കൈവിട്ടതെന്ത്?" എന്നു ചോദിക്കാത്ത ആരാണുള്ളത്?

ചിതറിപ്പോയ തന്റെ ജീവിതം വീണ്ടെടുക്കാൻ തയ്യാറെടുക്കുകയാണ് നിഴലിലെ നായികാകഥാപാത്രം. ജനിക്കുംമുമ്പ് അലസിപ്പിച്ചുകളഞ്ഞ

തന്റെ കുഞ്ഞും മറ്റൊരു കൈയ് കോർത്തുപിടിച്ചുംകൊണ്ട് അവൾക്കു മുന്നിലൂടെ നടന്നുപോകുന്ന ഭർത്താവും നെറ്റിയിലെ ആഴമുള്ള മുറിപ്പാടും അവളോട് ആ വീണ്ടെടുക്കൽ ആവശ്യപ്പെടുന്നുണ്ട്. ഒടുവിൽ, "പണി പൂർത്തിയാക്കി, പണിക്കുറ്റിന്മേൽ മേൽവസ്ത്രം മടക്കിവച്ച നല്ല തച്ചനെ പിന്തുടരുവാൻ" അവൾ തീരുമാനിക്കുന്നിടത്ത്, സ്വർഗ്ഗത്തിന്റെ വാതിൽ തുറന്ന് ഇറങ്ങിവന്ന ഒരു വെൺപിറാവ് അവളുടെ ശിരസ്സിൽ വെളിച്ചം പകർന്നുനല്കി.

അപൂർവ്വമായ്മാത്രം മലയാളകഥയിൽക്കാണുന്ന ആദ്ധ്യാത്മികതയുടെ നിർമ്മലസ്പർശമാണ് ഈ കഥ. ആഖ്യാനത്തിൽ പിന്തുടർന്ന പത്മനാഭൻശൈലി കുറച്ചൊന്നുമല്ല ആ ആദ്ധ്യാത്മികത ഇക്കഥയിലേക്കു കൊണ്ടുവന്നത്.

7.

ഓ. ഹെൻറിട്വിസ്റ്റ് എന്നാൽ ലോകം അംഗീകരിച്ചാസ്വദിക്കുന്ന ഒരു കഥാപരിണാമമാണ്. കഥാന്ത്യം ശുഭം അഥവാ അശുഭം എന്നൊരു പരമ്പരാഗതസമ്പ്രദായത്തിൽനിന്നു തികച്ചും അപ്രതീക്ഷിതമായ ഒരു വഴിതിരിയൽ അഥവാ ട്വിസ്റ്റ് കഥയിൽ സംഭവിക്കുകയും അതു വായനക്കാരനെ ആഴത്തിൽ സ്പർശിക്കുകയുംചെയ്യുന്ന പ്രതിഭാസത്തിന്റെ ഉപജ്ഞാതാവായിട്ടാണ് ഓ. ഹെൻറി പ്രസിദ്ധിയാർജ്ജിച്ചത്. അദ്ദേഹത്തിന്റെ കഥകളുടെ അന്ത്യം നമുക്ക് മുന്നേ കാണാൻ കഴിയുകയില്ല. ഇനി അങ്ങനെ മുൻകൂട്ടിക്കണ്ടാൽത്തന്നെ അതൊരബദ്ധമായിരിക്കുകയുംചെയ്യും.

'സ്റ്റേഷൻമാസ്റ്ററെ'ന്ന കഥയിൽ, സുനിൽ നടത്തിയത് ഇതുപോലുള്ളൊരു ട്വിസ്റ്റാണ്. കഥപറയൽസമ്പ്രദായത്തിൽമാത്രമല്ല, കഥയിലും ഇതു കൗശലപൂർവ്വം അദ്ദേഹം അനുവർത്തിച്ചു. പതിവുകഥകൾപോലേ ഇതിൽ പ്രകൃതിയില്ല; തെരുവുകളില്ല; തെരുവുകളിലെ മനുഷ്യരുമില്ല. ആകെയുള്ളത് ഒരു യാത്രയാണ്. അതാവട്ടെ നിത്യവും നടക്കുന്ന ഒന്നുമാണ്. പക്ഷേ, ഇക്കഥയുടെ ഒന്നാംവരിമുതൽ കഥാകൃത്ത് അതീവ സൂക്ഷ്മതയോടെ ഒരു ട്വിസ്റ്റ് നിർമ്മിച്ചെടുക്കുകയാണ്. ഒരുതരത്തിലും വായനക്കാരന് ഒരു സൂചന നല്കാതെ, കഥാന്ത്യംവരെ അതു നിലനിറുത്തിക്കൊണ്ടുപോവുകയും ഒന്നു വായിച്ചുതീർത്താൽ, ആദ്യംമുതൽ വീണ്ടും വായിക്കാൻ പ്രേരിപ്പിക്കുകയുംചെയ്യുന്നു. ഇത് ഒരു നല്ല കഥയുടെ ജാതകമാണ്.

സുനിൽ കഥയെഴുതുമ്പോൾ സംഭവിക്കുന്നത്, വായനക്കാരന്റെ ഒരു പകർന്നാട്ടമാണ്. നാം ഇക്കഥകളിലേക്കു നടന്നുചെല്ലുകയും കഥാപാത്രങ്ങളോടു സംവദിക്കുകയുംചെയ്യുന്നു. അങ്ങനെ ചെയ്യുമ്പോൾത്തന്നെ കഥാപാത്രങ്ങളിൽ ഒരാളായിത്തീരുന്നതു നാം അറിയുന്നു. ഈ കഥയിൽത്തന്നെ നോക്കുക. നാം കഥാകാരനോടൊപ്പം ട്രെയിനിൽ യാത്ര ചെയ്യുകയാണ്. സ്റ്റേഷൻമാസ്റ്ററെ കണ്ടുമുട്ടുകയാണ്. അവരുടെ കുടിക്കാഴ്ചകളിൽ പങ്കെടുക്കുകയാണ്. ഒടുവിൽ ഒരു ഓ. ഹെൻറിട്വിസ്റ്റിന്നപ്പുറത്തുനിന്നു കഥാകൃത്തിന്റെ ഒരു പൊട്ടിച്ചിരി നാം കേൾക്കുന്നു. വീണ്ടും വായിക്കുമ്പോൾ നാം ഇങ്ങനെ വായിക്കുന്നു: "കൗശലംമാത്രം അസംസ്കൃതവസ്തുവാക്കിക്കൊണ്ട് ഒരു കഥയെഴുതിക്കൂടേ എന്ന വിപരീതചിന്തയാണ് ഈ കഥയെഴുതാനുള്ള എന്റെ പ്രചോദനം." ആ കൗശലമാണ് ഈ കഥയുടെ കരുത്തും ആകർഷണീയതയും.

കഥ വായിച്ചുകഴിയുമ്പോൾ, നല്ല ഇണക്കമുള്ള ഒരു സുന്ദരൻപൂച്ച വായനക്കാരനോടു ചങ്ങാത്തം സ്ഥാപിക്കുന്നു.

8.

ഹൊററെന്ന വികാരത്തിനു വകഭേദങ്ങളുണ്ടോ? ശാന്തമായ ഹൊററും തീവ്രമായ അല്ലെങ്കിൽ അശാന്തമായ ഹൊററുമുണ്ടോ? ഇല്ല എന്നാണ് ഞാൻ ഇതേവരെ ധരിച്ചിരുന്നത്. എന്നാൽ, എന്റെ ധാരണകൾ തിരുത്തിക്കൊണ്ട് "പാറ്റകളുടെ ലോകം" എന്നൊരു ചെറുകഥ എന്റെ മുന്നിലിരിക്കുന്നു.

ഇതൊരു ഹൊറർക്കഥയാണ്. പക്ഷേ, ഈ കഥയിലെ ഭയാനകത, അതിന്റെ അവസാനവരികളിൽനിന്നു ഭീതിദമായ ഒരു മുഴക്കംപോലേ വായനക്കാരനിലേക്കു പടരുമ്പോൾ കഥയവസാനിക്കുകയും അടച്ചുവച്ച കഥയുടെ പേജുകളിൽനിന്നു കൊമ്പുകൾ പുറത്തേക്കു തല നീട്ടുകയുംചെയ്യുന്നു. ഇതു ശാന്തമായ ഹൊററാണ്. നട്ടെല്ലിന്നിടയിലൂടെ അരിച്ചുകയറുന്ന ഭീതിയുടെ തണുപ്പ്.

ഒരു ആക്ഷേപഹാസ്യമെന്നനിലയിൽ ഒരു ചെറുപുഞ്ചിരിയോടുകൂടെയാണ് ഞാൻ ഇക്കഥ വായിച്ചുതുടങ്ങുന്നത്. 'വരട്ടുചൊറിയൻബഷീറിയൻസിദ്ധാന്ത'ത്തിലാണ് കഥ പറയുന്നയാൾ പാറ്റകളെ നോക്കിക്കാണുന്നത്. പരസ്പരസഹകരണത്തിൽ ഊന്നിനിന്നുകൊണ്ടുള്ള ഒരു സന്തുലിതസമവാക്യമാണ് അയാളുടേത്. ബഷീറിന്റെ 'ഭൂമിയുടെ അവകാശികളെ'ന്ന കഥ അദ്ദേഹം വായിച്ചിരിക്കുന്നു. അത് ഇഷ്ടമായതുകൊണ്ടാണല്ലോ ബഷീറിന് ഈ കഥയിൽ ഇടം കിട്ടിയതുതന്നെ.

ബഷീറെഴുതിയ ഒരേയൊരു ഹൊറർക്കഥയാണ് 'നീലവെളിച്ചം'. പ്രേതവുമായ് ഒരാത്മബന്ധം സ്ഥാപിക്കുന്ന ഒരാളുടെ ആ കഥയിൽ, ഭയാനകതയെ സൗന്ദര്യവൽക്കരിക്കുന്ന മനോഹരമായ കാഴ്ചയാണ് നാം കണ്ടത്. ഗഡാഗഡിയനായ ബഷീറിനെ ഓർമ്മിപ്പിച്ചുകൊണ്ട് പാറ്റകൾക്കു ഭൂമിയിൽ ജീവിക്കാനുള്ള അവകാശത്തെ നമ്മുടെ കഥാനായകൻ ഉയർത്തിപ്പിടിക്കുന്ന കാഴ്ച ഹൃദ്യമായ ഒന്നാണ്. കഥാന്തരത്തിൽ, ശാന്തമായൊരു ഭയാനകതയിലേക്കു വാതിൽ തുറന്നിട്ടുകൊണ്ട് കഥ പൂർത്തിയാകുമ്പോൾ, ഒന്നിലധികം ചോദ്യങ്ങളാണ് വായനക്കാരനെ അലോസരപ്പെടുത്തുന്നത്.

ഭൂമിയെ അവകാശപ്പെടാൻ മനുഷ്യന് എന്തവകാശം?

അതിന്റെ ജന്മാവകാശികളെ ഉന്മൂലനംചെയ്യാനായിരുന്നോ നാം ശാസ്ത്രത്തെ വളർത്തിയെടുത്തത്?

മനുഷ്യൻ ചിലപ്പോഴെങ്കിലും ഒരു പരാജയമാണോ?

ചോദ്യങ്ങൾ ചോദിക്കുന്നിടത്ത് കഥാകാരന്റെ റോൾ ഭംഗിയായ് പൂർത്തിയാവുന്നു. തന്റെ തോട്ടത്തിൽ വിരിഞ്ഞ പൂക്കൾ, കഴിഞ്ഞയാഴ്ച കൊന്നുകുഴിച്ചിട്ട പാറ്റകളുടെ രൂപമാർന്നവയാണോ എന്ന് ഒരു വിറയലോടെ ആലോചിക്കുന്ന വായനക്കാരനാണ് ആ ചോദ്യങ്ങളുടെ മറുപടി.

9.

വെല്ലിങ്ടണിൽനിന്നു വായ്കനായിലേക്കു പോകുന്ന വഴിമദ്ധ്യേയുള്ള തിരക്കില്ലാത്ത ഒരു ചെറിയ സ്റ്റേഷനാണ് മാന. വൃദ്ധയായ ഒരു യാത്രക്കാരിയെ അവിടെയിറങ്ങാൻ ഇൻസ്പെക്ടർ സഹായിക്കുന്നു.

'ദിവസത്തിന്റെ നിറഭേദങ്ങളെ'ന്ന കഥ ഇത്രമാത്രമേയുള്ളൂ. പക്ഷേ, മാനയെന്ന ആ സ്റ്റേഷനിലെത്തുമ്പോൾ സന്ന്യാസിനിയായ വൃദ്ധയോടൊപ്പം വായനക്കാരനും വണ്ടിയിറങ്ങുന്നു. കാരണം, ഇപ്പോൾ നാം അവരോടൊപ്പമാണുള്ളത്. അവരുടെ കാൻസർബാധിതയായ ഇരട്ട സഹോദരിയെ നമുക്കു കാണാം. ആ സഹോദരിയുടെ മകൻ അവരെ കൂട്ടിക്കൊണ്ടുപോകാനായ് സ്റ്റേഷനിൽ വന്നിട്ടുണ്ട്. അതു നമുക്കറിയാം.

ഇനിയൊരുപക്ഷേ, നാം അവരെ കണ്ടുമുട്ടുകയില്ല. അതും നമുക്കറിയാം. തന്നെ ആ സ്റ്റേഷനിൽ ഇറങ്ങാൻ സഹായിച്ച ഇൻസ്പെക്ടറുടെ പുറംകൈയിൽ നല്കിയ ഒരു മുത്തം, മനുഷ്യരാശിയുടെ മൂർദ്ധാവിൽപ്പതിച്ച ഒരു സ്നേഹമുദ്രയായ് അദ്ദേഹത്തിന്റെ മനസ്സിനെ പ്രകമ്പനംകൊള്ളിച്ചുവെന്നും നമുക്കറിയാം. കറുത്തവൻ അഥവാ ഇന്ത്യക്കാരനെന്നനിലയിൽ

അനുഭവിക്കേണ്ടിവന്ന അസ്പൃശ്യതയുടെ കയ്പിന്നു മീതേ, സ്നേഹത്തിന്റെ ഒരു തേൻതുള്ളി അവിടെ വീണുകിടക്കുന്നതു നമുക്കു കാണാം.

ഈ ഇൻസ്പെക്ടർ നമ്മളൊക്കെയുമായിരുന്നെങ്കിൽ എന്നു വായനക്കാരൻ മോഹിക്കുന്നിടത്താണ് ഈ കഥയുടെ കാതൽ; ഇതിന്റെ വിജയം.

10.

മാനസിക-ശാരീരികവൈകല്യങ്ങളുള്ള ഒരു ആസ്ത്രേലിയൻ ആദിവാസിയുവാവിന്റെ കഥയാണ് 'യിഡാക്കി'യിൽ നാം വായിക്കുന്നത്. മുപ്പത്തിരണ്ടു വയസ്സിന്റെ ശരീരവളർച്ചയുള്ള 'മോണ്ടി'യെന്ന ആ യുവാവിനു പക്ഷേ, മാനസികവളർച്ചയില്ല. സർക്കാരിന്റെ മേൽനോട്ടത്തിൽ നടത്തപ്പെടുന്ന, ബുദ്ധിമാന്ദ്യമുള്ളവരുടെ ഭവനങ്ങളിലൊന്നിലാണ് അവൻ താമസിക്കുന്നത്.

ലോകമെമ്പാടുമെന്നപോലെ ആസ്ത്രേലിയയിലും കൊളോണിയലിസം തച്ചുതകർത്തുകളഞ്ഞ അബൊറിജിൻസ് അഥവാ ആദിവാസികളുടെ ഒരിറ്റു കണ്ണുനീരാണ് മോണ്ടി.

വളരെ ദുർഘടമായ ഒരു മാനസികനിലയിലാണ് അവനുള്ളത്. നിമിഷന്തോറും മാറിമറിയുന്ന വൈകാരികഭാവങ്ങളോട് ഒത്തുപോകാൻ അവന്റെ സംരക്ഷകർക്കു പലപ്പോഴും ബുദ്ധിമുട്ടാണ്. ഈയൊരു സങ്കീർണ്ണമായ മാനസികാവസ്ഥയും 'യിഡാക്കി'യെന്ന ഒരു കുഴൽവാദ്യത്തിൽ അവൻ അഭിരമിക്കുന്നു. അവന്റെ ഉൾബോധത്തിലെവിടെയോ ഉള്ള ജീനുകളിൽ, സ്വന്തം ചോരയുടെയും പാരമ്പര്യത്തിന്റെയും താളമുണ്ട്.

അവനെയും കൂട്ടിക്കൊണ്ട്, അവന്റെ അമ്മയുടെയടുത്തേക്കുള്ള യാത്രയിലാണ് നാമിപ്പോൾ. വഴിയിൽ, അവന്റെ മുൻതലമുറക്കാരെ അടക്കംചെയ്ത ഒരു സെമിത്തേരി സന്ദർശിക്കുന്നു.

അങ്ങനെ ചെയ്യുമ്പോൾ, "..പിതാക്കന്മാരുടെ ഭൗതികശരീരങ്ങൾ അലിഞ്ഞുചേർന്ന മണ്ണിൽ, അവരുടെ ആത്മാക്കൾ അവന്റെ പാദസ്പർശം ആഗ്രഹിക്കുന്നുണ്ടെങ്കിലോ?" എന്നാണു കഥാകൃത്ത് ആലോചിക്കുന്നത്.

ശ്മശാനത്തിൽനിന്നു തിരിയേ നടക്കുമ്പോൾ, "..പുല്ലുകൾക്കിടയിൽ പൂത്തുനിന്നിരുന്ന അലിഗേറ്റർവീഡിന്റെ വെളുത്ത രണ്ടു പുഷ്പങ്ങൾ പറിച്ചെടുത്ത്, അലങ്കരിക്കപ്പെടാത്ത ഒരു ശിലാഫലകത്തിന്മേലേക്ക് അവൻ എറിഞ്ഞു." മണ്ണിന്റെ അവകാശികളുടെ ഇങ്ങേയറ്റത്തെ ഒരു കണ്ണിയുടെ തിലോദകം!

ഈ കഥയെ വ്യത്യസ്തമാക്കുന്ന ഒരു ഘടകം, ഇതിലെ അതീവ ഭംഗിയുള്ള ബിംബങ്ങളാണ്. ഈ ഖണ്ഡിക നോക്കുക:

"..പിന്നെപ്പിന്നെയാണ് മഴ തോരാതെ പെയ്യുകയും വെയിൽ ചായാതെനില്ക്കുകയുംചെയ്തത്. അക്കാലംമുതലാണ് മഞ്ഞുപാറകൾ ഉരുകാൻ തുടങ്ങിയത്. കരകൾ അകന്നകന്ന് അപ്രത്യക്ഷമായിപ്പോയത്. അങ്ങനെ ഒറ്റപ്പെട്ടുപോയ ഒരു ഭൂമിയിൽ ചുള്ളിക്കമ്പുകൾകൊണ്ട് അരുവികൾക്കു കുറുകേ തടയണ കെട്ടി മീമ്പിടിച്ചും വേട്ടയാടിയും അവർ അതിജീവിച്ചു. അങ്ങനെ മനുഷ്യന്റെ ഉത്പത്തിമുതൽ കലർപ്പില്ലാത്ത പാരമ്പര്യം അവകാശപ്പെടാവുന്ന വലിയ ജനസമൂഹമായ് വളർന്നു.."

മോണ്ടിക്ക് അമ്മവീട്ടിൽവച്ചും മാനസികാസ്വാസ്ഥ്യത്തിന്റെ മറ്റൊരു എപ്പിസോഡാവർത്തിക്കുമ്പോൾ, കഥ പൂർണ്ണമാവുന്നു.

പക്ഷേ, അവൻ ഓടിപ്പോകുന്നത് ഓരോ വായനക്കാരന്റെയും മനസ്സിലേക്കാണ്. അതൊരു തിളയ്ക്കുന്ന കണ്ണുനീരാണ്.

***

ഓരോ മനുഷ്യനും ഒരു സിംഫണിയാണ്. നിരവധി ശബ്ദസങ്കലനങ്ങളുടെ, അവയുടെ ഏറ്റക്കുറച്ചിലുകളുടെയിടയ്ക്ക്, ചിലപ്പോൾ ഒരു മഹാനിശ്ശബ്ദതയുടെ, സിംഫണി. ഈ സംഗീതം വായനക്കാരനു കേൾപ്പിച്ചുകൊടുക്കലാണ് ഒരു നല്ല കഥാകാരന്റെ ബാദ്ധ്യത.

ഈ കഥകളിൽ ഞാൻ ആ സിംഫണി ശ്രവിക്കുന്നു.

സുനിൽ കഥപറയുന്നതു തികച്ചും ഒരു സ്വകാര്യംപോലെയാണ്. കഥകളിൽ നാം ചുറ്റും കാണുന്നതു നിശ്ശബ്ദതയാണ്. അതിലെവിടെയോനിന്ന് ഒരു മൃദുമർമ്മരംപോലേ സുനിൽ കഥ പറയുന്നു.

ഇതാണ് ഈ കഥകളുടെ അപൂർവ്വസൗന്ദര്യം.

വി. നടരാജൻ

31 07 2022

കഥകൾ

ബോൺസായ്

ആദ്യം അതൊരു പിറുപിറുക്കൽപോലെ ആയിരുന്നു. പിന്നെപ്പിന്നെ അടക്കിപ്പിടിച്ച വർത്തമാനംപോലെയും. കൺസർവേറ്ററിക്കു പുറത്ത് നിറയെ കായ്ച്ചുനിന്നിരുന്ന നാരകത്തിന്റെ ചില്ലകളിൽ കുരുവികളും കരിയിലക്കിളികളെപ്പോലുള്ള പക്ഷികളും എപ്പോഴും തത്തിക്കളിക്കുന്നതു കാണാറുണ്ട്. പക്ഷേ, അവയുടെ നിറുത്താതെയുള്ള ചിലപ്പിനു വർത്തമാനത്തിന്റെ രീതി തോന്നിയിട്ടില്ല.

ആരാണവിടെ സംസാരിക്കുന്നതെന്നു വിചാരിച്ച് കൺസർവേറ്ററിയിലേക്കു ചെല്ലുമ്പോൾ ആരെയും കാണാനുമുണ്ടാവില്ല. ഇതു വെറുമൊരു തോന്നലാണെന്നു കരുതി ആദ്യമൊക്കെ അവഗണിച്ചു. പക്ഷേ, പലപ്പോഴും വ്യക്തമായിക്കേട്ട വർത്തമാനം എന്റെയുള്ളിൽ ഭീതി നിറഞ്ഞ, എന്തൊക്കെയോ സംശയങ്ങളുണർത്തി. വീട്ടിൽ ഭാര്യയോ കുട്ടികളോ ഇങ്ങനെയൊരു ശബ്ദം ഒരിക്കലെങ്കിലും കേട്ടതായ് പറഞ്ഞിട്ടുമില്ല. കൺസർവേറ്ററിയിൽനിന്ന് ആരുടെയോ അടക്കിപ്പിടിച്ച വർത്തമാനം ഇടയ്ക്കിടെ കേൾക്കുന്നുണ്ടെന്നു പറഞ്ഞാൽ ഒരുപക്ഷേ, അതവരെ ഭയപ്പെടുത്തിയാലോ എന്നു കരുതി പറയാൻ മടിച്ചു.

മറ്റാരും കേൾക്കാത്ത ശബ്ദം ഞാൻമാത്രം കേൾക്കുന്നത് എങ്ങനെയെന്നു പലപ്പോഴും അദ്ഭുതപ്പെട്ടു. അതെന്നെ ഇടയ്ക്കിടെ വല്ലാതെ, അലോസരപ്പെടുത്തുകയും സ്വയം സംശയത്തിന്റെ നിഴലിൽ നിറുത്തുകയും ചെയ്തു.

ഒരാളനക്കമോ, കാൽപ്പെരുമാറ്റമോ ഒരിക്കലും എന്റെ ശ്രദ്ധയിൽ പെടുകയുണ്ടായില്ല എന്നകാര്യവും വിചിത്രമായിത്തോന്നി. മനസ്സിന്റെ ഭ്രമാത്മകമായ തോന്നലുകളിൽ ഒന്നെന്നു സ്വയം ആശ്വസിക്കാൻ ശ്രമിച്ചു. ഭയപ്പെടുത്തുന്ന ഒന്നുംതന്നെ, കേൾക്കുന്ന പിറുപിറുക്കലുകളിൽ ഉണ്ടായിരുന്നില്ല. ചിലപ്പോഴൊക്കെ, മൃദുവായ ഒരു ദലമർമ്മരത്തിനു സമാനമായിരുന്നു ആ ശബ്ദം. പക്ഷേ, ഒന്നും വേർതിരിച്ചെടുക്കാൻ കഴിഞ്ഞിരുന്നുമില്ല. ആത്മഗതംപോലുള്ള പിറുപിറുക്കൽശ്ശബ്ദം കാതുകളിൽ പതിയുന്നനേരം അതിന്റെ ഉറവിടം കണ്ടെത്തുവാൻ കൺസർവേറ്ററിയിലേക്ക് ഒരു മാർജ്ജാരനെപ്പോലേ ചിലപ്പോഴെങ്കിലും ഞാൻ പതുങ്ങിച്ചെന്നു. പക്ഷേ, അവിടെ എത്തുമ്പോഴേക്കും ശബ്ദം തീർത്തും നിലച്ചിരിക്കും. വട്ടമേശയ്ക്കു മുകളിൽ ഓവലാകൃതിയിലുള്ള പരന്ന ചട്ടിയിൽ വർഷങ്ങളുടെ വളർച്ചയെ ആകമാനം ഉൾക്കൊണ്ട്, ഒരു പൂർണ്ണകായമരത്തിന്റെ രൂപഭംഗി കൈവരിച്ച ബോൺസായ്മരത്തിനെമാത്രം എല്ലാറ്റിനും മൂകസാക്ഷിയായ് അവിടെ കണ്ടു. പുതുനാമ്പുകൾ കിളിർത്തിട്ടുണ്ടെങ്കിൽ, ചിലപ്പോൾ അവയെ നുള്ളിയെടുത്തു കൈവെള്ളയിൽവച്ച്, ഉത്തരം കിട്ടാത്ത ആ സമസ്യയെക്കുറിച്ചു ചില നിമിഷങ്ങൾക്കുടെ ചിന്തിച്ച് ചിലപ്പോഴൊക്കെ ഞാൻ അവിടെ നില്ക്കും. പിന്നെ, ഇതെന്തായിരിക്കും ഇങ്ങനെ തോന്നുവാനെന്ന ആലോചനയോടെ തിരിയേ നടക്കും. ദിവസത്തിൽ പല പ്രാവശ്യം ശബ്ദം കേൾക്കുന്നതുപോലേ തോന്നുവാൻ തുടങ്ങിയപ്പോൾ ഇതു വല്ല രോഗത്തിന്റെയും തുടക്കമാണോ എന്നുപോലും സംശയിച്ചു. അവസാനം ഭാര്യയോടു തുറന്നുപറഞ്ഞു.

“എന്താണെന്നറിയില്ല. കുറച്ചു നാളായ് കൺസർവേറ്ററിയിൽനിന്ന് ആരോ പിറുപിറുക്കുന്നതുപോലുള്ള ശബ്ദം ഞാൻ കേൾക്കുന്നു. ചെന്നു നോക്കുമ്പോൾ ആരെയും കാണാനുമില്ല.”

“ഞാനിതുവരെയും ശ്രദ്ധിച്ചിട്ടില്ലല്ലോ” എന്നായിരുന്നു ഭാര്യയുടെ മറുപടി. എന്നാൽ വെറും തോന്നലായിരിക്കുമെന്നു പറഞ്ഞ് ഞാനും അതിനെ നിസ്സാരവൽക്കരിക്കാൻ ശ്രമിച്ചു.

***

ഏറെ നാളത്തെ നിർബ്ബന്ധത്തിനുശേഷം വസന്തത്തിന്റെ തുടക്കത്തിൽ ചെറിയമ്മ നാട്ടിൽനിന്നു വന്നപ്പോൾ വീട്ടിലെ അലങ്കാരവസ്തുക്കളിൽ ഏറ്റവും ആകർഷണീയമായ ബോൺസായ്മരത്തിന്മേലാണ് അവരുടെ ശ്രദ്ധ ആദ്യം പതിഞ്ഞത്. ഇരുണ്ട, പച്ചനിറമുള്ള ഇലകളിൽ

അരുമയോടെ തഴുകുമ്പോൾ, ചെറിയമ്മയുടെ ചുണ്ടിൽ വിഷാദം നിറഞ്ഞ ഒരു പുഞ്ചിരി വിടർന്നുനിന്നിരുന്നു. അഞ്ചു വർഷങ്ങൾക്കുമുമ്പ് വീടിന്റെ പിൻവളപ്പിൽനിന്നു കിട്ടിയ ഓക്കുമരത്തിന്റെ വിത്തിൽനിന്നു വളർത്തിയെടുത്തതാണ് ആ ബോൺസായ്മരം എന്ന് അഭിമാനത്തോടെ പറഞ്ഞപ്പോൾ, ഒന്നും മിണ്ടാതെ ഒരിക്കൽക്കൂടെ അവർ പുഞ്ചിരിച്ചു. ഗൂഢാർത്ഥങ്ങൾ ധ്വനിപ്പിക്കുന്ന നിഗൂഢമായ പുഞ്ചിരി. മുമ്പ് അവരുടെ ചിരി ഇങ്ങനെയല്ലായിരുന്നു എന്നുകൂടെ അപ്പോൾ ഞാനോർത്തു. അല്ലെങ്കിലും ചെറിയമ്മയുടെ ജീവിതംതന്നെ ഒരു കടങ്കഥപോലേ ആയിക്കഴിഞ്ഞിരിക്കുന്നു എന്നെനിക്കു തോന്നി.

എന്റെ ബാല്യത്തിൽ അവർ വളരെ പ്രസരിപ്പുള്ള സ്ത്രീയായിരുന്നു; അതിസുന്ദരിയും. നിരയൊത്ത പല്ലുകൾ കാണത്തക്കരീതിയിൽ അല്പം വായ തുറന്നുള്ള ചിരി ആകർഷണീയമായിരുന്നു. പക്ഷേ, എപ്പോഴോ അതു കൈമോശംവന്നുപോയിരിക്കുന്നു. ഇപ്പോൾ ചെറിയമ്മ ചിരിക്കുമ്പോൾ പല്ലുകൾ കാണാനേ കഴിയില്ല.

കൂട്ടുകുടുംബത്തിലെ കുട്ടികളിൽ ചെറിയമ്മയ്ക്ക് ഏറ്റവും പ്രിയം എന്നോടായിരുന്നു. പഴുത്ത പ്ലാവിലകൾ ഈർക്കിൽകൊണ്ടു കുട്ടിത്തുന്നി, കിരീടമുണ്ടാക്കി എന്റെ തലയിൽവച്ച് അവർ വാത്സല്യത്തോടെ പറയുമായിരുന്നു; "നന്ദൂട്ടനെ ഇപ്പോ കണ്ടാൽ ഒരു രാജകുമാരനെപ്പോലേതന്നെയുണ്ടട്ടോ." തൊടിയിലെ വലിയ നാട്ടുമാവിൽനിന്നു വീഴുന്ന പഴുത്ത മാങ്ങകളിൽ ഏറ്റവും മുഴുത്തത് എനിക്കുതന്നെ നല്കാൻ ചെറിയമ്മ കാണിച്ചിരുന്ന ശുഷ്കാന്തി, മറ്റുകുട്ടികളിൽ അക്കാലത്തുണ്ടാക്കിയിരുന്ന അസൂയയെക്കുറിച്ചോർത്ത് ഇടയ്ക്കിടെ ഞാൻ ചിരിക്കാറുണ്ട്.

പിന്നീടു ചെറിയമ്മയെ ഒരു എഞ്ചിനീയർ കല്യാണം കഴിച്ച് ബോംബെക്കു കൊണ്ടുപോയി. അപ്പോഴേക്കും ഞങ്ങൾ കുട്ടികൾ കുറച്ചു മുതിർന്നുകഴിഞ്ഞിരുന്നു. വിവാഹം കഴിഞ്ഞുള്ള ആദ്യത്തെ വരവിൽത്തന്നെ അവർ പാടേ മാറിയിരുന്നു. കറുത്ത കണ്ണുകളിൽ വിഷാദം തളംകെട്ടിനിന്നു. എല്ലാവരിൽനിന്നും എന്തൊക്കെയോ മറച്ചുപിടിക്കാനെന്നപോലേ ആ ദിവസങ്ങളിൽ സദാസമയവും മാറിലേക്ക് സാരിത്തലപ്പ് പുതച്ചുകൊണ്ട് അവർ നടന്നു. ആ മാറ്റം എല്ലാവരിലും അദ്ഭുതമാണുണ്ടാക്കിയത്. ഒപ്പം ഉള്ളിൽ പലവിധ സംശയങ്ങളും. ദിവസങ്ങൾക്കുശേഷം, മടങ്ങിപ്പോകാൻനേരം അമ്മമ്മ മുറിയിൽവച്ചു ചെറിയമ്മയെ കെട്ടിപ്പിടിച്ചു തേങ്ങിക്കരഞ്ഞത് മറഞ്ഞുനിന്നു കണ്ടത് ഇപ്പോഴും ഞാനോർക്കുന്നു.

ജീവിതം എപ്പോഴോ അവരെ വല്ലാതെ അമർത്തിക്കളഞ്ഞിരുന്നു. ഒരിക്കൽ ചിലങ്കകെട്ടി നൃത്തംചെയ്തിരുന്ന കാലുകൾ ചുവടുകൾ മറന്ന്, മണ്ണിനെപ്പോലും നോവിക്കാതെ നടക്കുന്നു. ചിരിച്ചുല്ലസിച്ച് ഒഴുകിക്കൊണ്ടിരുന്ന ഒരു നദിയെ പെട്ടെന്ന് അണകെട്ടിത്തളച്ചതുപോലെ അവർ മൗനത്തിൽ ആണ്ടുപോയി.

***

ഇവിടെ വന്നതിനുശേഷം, ചെറിയമ്മയുടെ ശ്രദ്ധ പലപ്പോഴും കൺസർവേറ്ററിയിലിരിക്കുന്ന കുള്ളൻവൃക്ഷത്തിലേക്കു തിരിയുന്നതു ശ്രദ്ധിച്ചിരുന്നു. ചെറിയമ്മ അതിനു കൊടുക്കുന്ന അമിതശ്രദ്ധ, മറ്റുചെടികളുടെ കാര്യത്തിൽ കാണിക്കുന്നില്ലല്ലോ എന്നു ഞാൻ അദ്ഭുതപ്പെടാതിരുന്നില്ല.

വർഷങ്ങൾക്കുമുമ്പ് ശൈത്യകാലത്തിന്റെ ഒടുവിലായിരുന്നു ഓക്കുമരത്തിന്റെ ഒരു വിത്ത് പിന്നാമ്പുറത്തെ പച്ചക്കറിത്തോട്ടത്തിൽ യാദൃച്ഛികമായ് കണ്ടത്. പുതിയ വീട്ടിലേക്കു താമസം മാറിയിട്ട്, കുറച്ചു മാസങ്ങളേ ആയിട്ടുണ്ടായിരുന്നുള്ളൂ. വേനൽക്കാലത്തു നടേണ്ട പച്ചക്കറികൾക്കു നിലമൊരുക്കുന്നതിനുവേണ്ടി മരപ്പലകകൾകൊണ്ടുണ്ടാക്കിയ ചതുരക്കളങ്ങളിൽ പണിയെടുക്കുമ്പോഴായിരുന്നു അതു കണ്ണിൽപ്പെട്ടത്. തവിട്ടുനിറത്തിൽ, മദ്ദളത്തിന്റെയാകൃതിയിൽ, മിനുമിനുത്ത പുറംതൊലിയുള്ള, ഓക്കുമരത്തിന്റെ ഒരു വിത്ത്! അതെങ്ങനെ അവിടെ വന്നുവെന്നു ഞാൻ അദ്ഭുതപ്പെട്ടു. തൊട്ടടുത്ത പരിസരങ്ങളിൽ ഓക്കുമരം കണ്ടിട്ടുണ്ടായിരുന്നില്ല. ഏതെങ്കിലും പക്ഷിയുടെ കൊക്കിൽനിന്ന് ഊർന്നുവീണതാകാം അതെന്നു കരുതി. വിത്തു കണ്ടപ്പോൾ മനസ്സിലൊരു കൗതുകം പെട്ടെന്നുണർന്നു. ശൈത്യത്തിന്റെ കടുപ്പത്തിൽ ഉണങ്ങിപ്പോയ മറ്റൊരു ചെടി നിന്നിരുന്ന ചെറിയൊരു മൺചട്ടി, മണ്ണിളക്കി, വൃത്തിയാക്കിയശേഷം വിത്ത് ശ്രദ്ധയോടെ അതിൽ കുഴിച്ചിട്ടു. പിന്നെ, സ്പ്രിങ്ക്ളറിലൂടെ വെള്ളം തുകിപ്പകർന്ന്, മണ്ണിനെ നനച്ചു. പൊട്ടിമുളച്ചു ചെടിയായ് വളരുമ്പോൾ അതിനെ മെരുക്കിച്ചുരുക്കി, ഒരു ബോൺസായ് മരമാക്കിമാറ്റാം എന്നായിരുന്നു മനസ്സിലെ കണക്കുകൂട്ടൽ. അതു വർഷങ്ങൾ നീളുന്ന പ്രക്രിയയാണെന്ന് എനിക്കറിയാമായിരുന്നു. ഒപ്പം, നല്ല ദീർഘക്ഷമ വേണ്ടിവരുന്ന ജോലിയും.

അടുത്ത ദിവസങ്ങളിൽ, ചട്ടിയിൽ മണ്ണുണങ്ങാതെ നനവു പകർന്നുകൊടുത്തുകൊണ്ടിരുന്നു. ദിവസങ്ങൾക്കുശേഷം പുറംതോടിനെ പൊട്ടിച്ച് ഇളം പച്ചനിറത്തിലുള്ള കുരുന്നിലകൾ പുറത്തുവന്നു.

അരികുകളിൽ ഞൊറിവു തീർത്ത്, മനോഹരങ്ങളായ ഇലകളായ് ദിവസങ്ങൾക്കുള്ളിൽ അവ പൂർണ്ണരൂപംപ്രാപിച്ചു. വളക്കൂറുള്ള മണ്ണും നനവും സൂര്യപ്രകാശവും അതിന്റെ വളർച്ചയെ ത്വരിതപ്പെടുത്തിയപ്പോൾ, ചട്ടിയുടെ പുറംഭാഗവുംകൂടെ വൃത്തിയാക്കി, കൺസർവേറ്ററിയിലെ ഉയരം കുറഞ്ഞ വട്ടമേശയുടെ മുകളിലേക്ക് അതിനെ മാറ്റിപ്രതിഷ്ഠിച്ചു. അനുകൂലമായ സാഹചര്യത്തിൽ ചെടി മദിച്ചുവളരുവാൻ തുടങ്ങി. കൺസർവേറ്ററിയുടെ ചില്ലുഭിത്തിയിലൂടെ അരിച്ചുവരുന്ന സൂര്യപ്രകാശം അതിന്റെ വളർച്ചയ്ക്കു പിന്നെയും ആക്കം കൂട്ടി. അതിൽ നിറയെ തളിരുകൾ കിളിർത്തു. പിന്നെ, ശാഖകളും ഉപശാഖകളും വളരുവാൻ തുടങ്ങി. വേനൽക്കാലം കഴിയാറായപ്പോൾ, ആദ്യമായ് അതിന്റെ നാമ്പുകളിൽ ഞാൻ കത്തിവച്ചു. അകാലത്തിൽ അലസിപ്പിക്കപ്പെട്ട ഭ്രൂണത്തെപ്പോലെ കുരുന്നിലകളും തണ്ടുകളും ജീവനറ്റ് നിലത്തു വീഴുമ്പോൾ, എന്റെ വീടിന്നലങ്കാരംചാർത്തുന്ന മനോഹരമായ ഒരു ബോൺസായ്മരം രൂപം പ്രാപിക്കുകയായിരുന്നു. ഇന്നിപ്പോൾ വീട്ടിലെ അലങ്കാരവസ്തുക്കളിൽ ഏറ്റവും ആകർഷണീയമായത് ഈ ബോൺസായ്‌വൃക്ഷമാണ്.

ചെറിയമ്മയ്ക്ക് ഈ കുള്ളൻവൃക്ഷത്തോടു കൂടുതൽ ഇഷ്ടം തോന്നിയതിൽ അദ്ഭുതപ്പെടേണ്ട കാര്യമില്ല. അല്ലെങ്കിലും വർഷങ്ങളായ് ചെടികളും പൂക്കളുമൊക്കെത്തന്നെയാണല്ലോ ചെറിയമ്മയുടെ ഉറ്റകൂട്ടുകാർ.

മൂന്നു വശവും മലകളാൽ ചുറ്റപ്പെട്ട സ്റ്റോക്സ്‌വാലി എന്നുപേരുള്ള താഴ്‌വരയിൽ, പ്രധാനതെരുവിന്റെ ഓരത്തായിരുന്നു ഞങ്ങളുടെ വീട്. റൗണ്ടെബൗട്ടിന്റെ തുടക്കത്തിൽനിന്നു മൂന്നു കിലോമീറ്ററോളം നെടുനീളത്തിൽക്കിടക്കുന്ന ഈ തെരുവിൽനിന്നുമാണ് താഴ്‌വരയിലെ ബാക്കി എല്ലാ റോഡുകളും ശാഖപിരിയുന്നത്. സ്റ്റോക്സ്‌വാലിറോഡ് എന്നു പേരുള്ള പാത അവസാനിക്കുന്നത് ഒരു മലയുടെ അടിവാരത്തിലാണ്. അവിടെ, മലഞ്ചെരുവിൽ ഒരു ബുദ്ധവിഹാരമുണ്ട്. ഇവിടെയെത്തിയപ്പോൾ ആദ്യം അവിടം സന്ദർശിക്കണമെന്നായിരുന്നു ചെറിയമ്മയുടെ ആഗ്രഹം. എന്റെ വിവരണങ്ങളിൽനിന്ന് ആ സ്ഥലത്തെക്കുറിച്ചുള്ള ഏകദേശചിത്രം അവരുടെ മനസ്സിൽ നേരത്തേ പതിഞ്ഞിരുന്നു. കാടിന്റെയുള്ളിൽ, പ്രകൃതിയുടെ സ്വച്ഛതയിൽ സ്ഥിതിചെയ്യുന്ന ബുദ്ധവിഹാരത്തിലേക്കുള്ള പടികൾ കയറി, മുകളിലേക്കു ചെല്ലുമ്പോൾ, അന്തരീക്ഷത്തിൽ ലയിച്ചുചേർന്ന മോക്ഷമന്ത്രങ്ങളുടെ അദൃശ്യസ്പർശം ബൗദ്ധികമണ്ഡലത്തിൽ അനുഭവപ്പെട്ടുതുടങ്ങും. പടികൾ തീരുന്നിടത്ത്, തെളിച്ചെടുത്ത നടപ്പാതകൾ തുടങ്ങുന്നു. അതു പിന്നെ, വഴിപിരിഞ്ഞ്

കാനനത്തിനുള്ളിലെ ഒറ്റപ്പെട്ട ധ്യാനസങ്കേതങ്ങളിലേക്കു നീളുന്നു. ഇടംവലം തിരിയാതെ മുന്നോട്ടു നടന്ന്, കുന്നിന്റെ പകുതിയോളം മുയരത്തിൽ എത്തുമ്പോൾ, ഒരു സുവർണ്ണമകുടവും ബുദ്ധപ്രതിമയും കാണാം. അതിനും കുറച്ചുകൂടെയായ് ചാലുകീറി താഴേക്കൊഴുകുന്ന കുഞ്ഞരുവിയുണ്ടാക്കുന്ന ശബ്ദം, പ്രകൃതിയുടെ താരാട്ടുപാട്ടുപോലെ യാണ്. കാടിന്റെ കുറുകൽ, പക്ഷികളുടെ കൂജനം, കുന്നിൻചെരുവിൽ നിന്നു ദൂരേക്കു നോക്കുമ്പോൾ കാണുന്ന ആകാശത്തിന്റെ സ്വച്ഛമായ വിശാലത, ഇതെല്ലാം അവിടുത്തെ പ്രത്യേകതകളാണ്. എവിടെയും വാതിലുകൾ തുറന്നിട്ടിരിക്കുന്നതുപോലെയും വിലക്കുകൾക്കു വിലക്കു കല്പിക്കപ്പെട്ടിരിക്കുന്നതുപോലെയുമാണു തോന്നുക. എല്ലാ വീർപ്പുമുട്ട ലുകളും അലൗകികവും സ്വതന്ത്രവുമായ ആ അന്തരീക്ഷത്തിൽ അലി ഞ്ഞലിഞ്ഞില്ലാതെയാകും.

ബുദ്ധവിഹാരത്തിനുചുറ്റുമുള്ള ചെറുവനത്തിലൂടെ ചെറിയമ്മയുമൊ ത്തു നടന്ന്, മടങ്ങിവന്ന ദിവസമാണ് കൺസർവേറ്ററിയിൽനിന്നു വീണ്ടും പിറുപിറുക്കൽ വ്യക്തമായ് കേട്ടത്. ആ ശബ്ദം ചെറിയമ്മയും കേട്ടോ എന്നു സംശയം തീർക്കുവാനായ്, ഞാൻ അവരുടെ മുഖത്തേക്കു സൂക്ഷ്മതയോടെ നോക്കി. അവർ എന്തെങ്കിലും കേട്ടതായ് മുഖഭാവ ത്തിൽനിന്നു വായിച്ചെടുക്കാൻ കഴിയുമായിരുന്നില്ല. അജ്ഞാതമായ ഒരു ചിന്തയിൽ ആഴ്ന്നുപോയതുപോലെ ആയിരുന്നു ചെറിയമ്മയുടെ അപ്പോഴത്തെ മുഖഭാവം. പിന്നീട്, അവർ പെട്ടെന്നെഴുന്നേറ്റ് കൺസർ വേറ്ററിയിലേക്കു നടന്നപ്പോൾ ആ ശബ്ദം കേട്ടുവോ എന്നു ഞാൻ സന്ദേഹിച്ചു. ചില നിമിഷങ്ങൾക്കുശേഷം ചെറിയമ്മയെ പിന്തുടർന്ന് ഞാനും അങ്ങോട്ടേക്കു നടന്നു. ബോൺസായ്ക്കരികിൽ ചില്ലുഭിത്തിയി ലൂടെ തെരുവിൽ പടർന്നുനില്ക്കുന്ന ഗോൾഡൻ റുബേനീയമരത്തിൽ അവരുടെ നോട്ടം പതിഞ്ഞിരിക്കുന്നതായ് കണ്ടു. നിറയെ തളിരിട്ട പുളിമരത്തിന്റെ നിറമാണ് ആ മരത്തിന്. ഇലകൾക്കുമാത്രമല്ല നിറത്തിനുംകൂടെ സാദൃശ്യമുണ്ട്.

"ചെറിയമ്മ കേട്ടോ?"

ഞാൻ കൗതുകത്തോടെ ചോദിച്ചു. സാവധാനം തല ചെരിച്ച്, ചോദ്യഭാവത്തോടെ ചെറിയമ്മ എന്നെ നോക്കി.

"ആ ശബ്ദം. ആരോ സംസാരിക്കുന്നതുപോലെ. ഇവിടെനിന്ന്."

അതു പറയരുതായിരുന്നെന്നു പെട്ടെന്നുതന്നെ തോന്നി. ഒരുപക്ഷേ, ചെറിയമ്മ ഒന്നും കേട്ടില്ലെങ്കിൽ!

എപ്പോഴത്തെയുംപോലേ അവർ ശ്രദ്ധമായ് പുഞ്ചിരിച്ചു. പിന്നെ, വീണ്ടും പുറത്തേക്കുതന്നെ നോട്ടം തിരിച്ചുകൊണ്ട് ആത്മഗതംപോലേ പറഞ്ഞു:

"നിനക്കു വെറുതേ തോന്നിയതായിരിക്കും."

***

പിന്നീടു കുടുംബസമേതമുള്ള യാത്രകളിൽ ചെറിയമ്മ കണ്ട പലതിലും നാട്ടിലുള്ളവയുമായ് സാദൃശ്യങ്ങൾ കണ്ടെത്തി. പോപ്ലാർമരത്തിന്റെ ഇലകൾ ചൂണ്ടി ചെറിയമ്മ പറഞ്ഞു, അവ ആലിലപോലിരിക്കുന്നു എന്ന്. പൂത്തുനില്ക്കുന്ന ടോയ്ടോയ്പുൽക്കൂട്ടങ്ങളിൽ അവർ ഇഞ്ചിപ്പുല്ലിന്റെ സാദൃശ്യം കണ്ടെത്തി. അയൽവീട്ടിലെ വേലിയിലേക്കു പടർന്നുകിടന്നിരുന്ന വള്ളിച്ചെടി, കാട്ടുപുല്ലാന്തിയല്ലേ എന്നായിരുന്നു മറ്റൊരു സംശയം. ആ സംശയങ്ങൾ, വെറുംസംശയങ്ങൾമാത്രമല്ലല്ലോ എന്ന് എനിക്കും തോന്നാതിരുന്നില്ല. പക്ഷികളിലും ഇതേ സാമ്യം കണ്ടെത്താൻ ചെറിയമ്മ ശ്രമിച്ചു. നാരായണക്കിളികളുടെയും മൈനകളുടെയുംവരെ സാദൃശ്യം സ്വദേശികളായ പക്ഷികളിൽ ചെറിയമ്മ കണ്ടെത്തി. ആ സാദൃശ്യങ്ങൾ എന്നെയും അദ്ഭുതപ്പെടുത്തി. എനിക്കു ചുറ്റുമുള്ളതൊന്നിനെയും അത്ര സൂക്ഷ്മമായ് അതിനുമുമ്പ് ഞാൻ നിരീക്ഷിച്ചിരുന്നില്ല. ഹ്രസ്വകാലസന്ദർശനം ചെറിയമ്മയിൽ വ്യത്യാസങ്ങൾ വരുത്തിയിരിക്കുന്നതായ് എനിക്കു തോന്നി. എല്ലാ ചരാചരങ്ങളിലും സമാനതകൾ കണ്ടെത്തുവാൻ ശ്രമിക്കുന്നതുവഴി ചെറിയമ്മ, എന്തോക്കെയോ സംവദിക്കുവാൻ ശ്രമിക്കുന്നതുപോലേയാണ് എനിക്കു തോന്നിയത്. ഭൂമിയെ നോവിക്കാതെ, അവയുടെ കിടപ്പിനനുസരിച്ചു പണിതിരിക്കുന്ന പാർപ്പിടങ്ങൾ അവരെ വല്ലാതെ ആകർഷിച്ചു. കുന്നിൻചെരുവകളിൽ പണിതുയർത്തിയിരിക്കുന്ന മരവീടുകൾ നോക്കി ചെറിയമ്മ പറഞ്ഞു, "ഒന്നിന്റെയും സ്വാഭാവികമായ അവസ്ഥകളിൽ മനഃപൂർവ്വമായ കയ്യേറ്റങ്ങൾ നടത്തരുത് നന്ദൂ, മരമായാലും മണ്ണായാലും. ഒരിക്കൽ മുറിവേറ്റാൽ, മുറിവുണങ്ങിയാലും വടുക്കൾ പിന്നെയും അവശേഷിക്കും."

നാട്ടിലേക്കു മടങ്ങുവാൻ സമയമായപ്പോൾ, യാത്രയുടെ ഓർമ്മയ്ക്കായ് ചെറിയമ്മ കൈയിൽ കരുതിയത് 'ടാവുപോ' തടാകത്തിന്റെ തീരത്തു കണ്ടെത്തിയ ചെറിയ ഒരു പമിസ്സ്റ്റോൺ മാത്രമായിരുന്നു. ഭൂതലത്തെ വിറപ്പിച്ച അഗ്നിപർവ്വതസ്ഫോടനത്തിന്റ അനന്തരഫലമായ തടാകത്തിൽ, പൊട്ടിത്തെറിയുടെ, വിവിധവിശേഷമായ അവശേഷിപ്പുകളിൽ ഒന്നുമാത്രമായിരുന്നു അത്. ചരിത്രം വിശദീകരിച്ചപ്പോൾ, ഓർമ്മകളുടെ

ശേഖരത്തിലേക്കുള്ള കൂട്ടിച്ചേർക്കൽപോലെ, മുന്നിലെ മണൽത്തരികൾക്കുള്ളിൽ പാതി മറഞ്ഞുകിടന്ന ചെറിയ പമിസ്സ്റ്റോൺ ചെറിയമ്മ ഇളക്കിയെടുത്ത് ഉള്ളംകൈയിൽവച്ചുകൊണ്ട് പറഞ്ഞു: "ഇതു നിന്റെ നാട്ടുസന്ദർശനത്തിന്റെ ഓർമ്മയ്ക്ക്." തടാകത്തിലെ തെളിനീരിൽ ആരാലും നിയന്ത്രിക്കപ്പെടാതെ സ്വൈര്യമായ് നീന്തിത്തുടിക്കുന്ന നീണ്ട കഴുത്തുള്ള കറുത്ത അരയന്നങ്ങളെ തടാകക്കരയിൽ ചെറിയമ്മ ഏറെ നേരം നോക്കിനിന്നിരുന്നു. അപ്പോൾ അവരുടെ മനസ്സ് ഭൂതകാലത്തിൽ മേയുകയായിരുന്നുവെന്നു തോന്നി. ഒരു ടൂറിസ്റ്റുബോട്ട് അരയന്നങ്ങളെ അലോസരപ്പെടുത്തിയപ്പോൾ, ചെറിയമ്മയുടെ മുഖത്ത് പ്രകടമായ ഞെട്ടൽ ഞാൻ കാണാതിരുന്നില്ല. അവർക്ക് എന്തു സംഭവിച്ചു എന്ന തിരിച്ചറിവ് എന്നെ വല്ലാതെ അലോസരപ്പെടുത്തി.

ഉപ്പും പുളിങ്കുരുന്നും കുട്ടിയായ എന്റെ കൈയിൽനിന്നു വായിലേക്കു വാങ്ങി, ചവച്ചിറക്കുമ്പോൾ മുഖത്തു വിരിഞ്ഞിരുന്ന പുളിപ്പിന്റെ പുഞ്ചിരി തിരക്കിട്ട് മനസ്സിൽ ഓടിയെത്തിയപ്പോൾ, എനിക്കവരെ ചേർത്തണച്ചു കരയണമെന്നു തോന്നി. പുതച്ചിരുന്ന മെറിനോവൂളിന്റെ കടുംനീല ഷോൾ അറിയാതെതന്നെ അവർ ഒന്നുകൂടെ മാറിലേക്കു വലിച്ചിട്ടുപുതച്ചപ്പോൾ ഞാനാഗ്രഹിച്ചു, ഞാൻ വീണ്ടും കുട്ടിയായിരുന്നെങ്കിലെന്ന്. എന്റെ കൈയിൽ അല്പം ഉപ്പും പുളിങ്കുരുന്നും ഉണ്ടായിരുന്നെങ്കിലെന്ന്.

***

ചെറിയമ്മ നാട്ടിലേക്കു മടങ്ങുന്നതിന്റെ തലേ രാത്രിയിൽ ഞാൻ വിചിത്രമായ ഒരു സ്വപ്നംകണ്ടു. എന്റെ മുമ്പിൽ ഒരു ബോൺസായ്മരം ചെറിയ ചട്ടിയിൽ കുറുകിനിന്നു. പക്ഷേ, ആ കുള്ളൻവൃക്ഷത്തിന് അസാധാരണമായ പ്രത്യേകത തോന്നി. അതിന്റെ ആകൃതിയിൽ ഒരു സ്ത്രീയുടെ ഛായ തെളിഞ്ഞുനിന്നിരുന്നു. പെട്ടെന്നു വൃക്ഷത്തിന്റെ നെറുകയിൽ, നിറയെ തളിർത്ത രണ്ടു ശിഖരങ്ങൾ നോക്കിനില്ക്കെ വളർന്നുവന്നു. പിന്നെ, അവയിൽനിന്നു ശാഖകളും തളിരുകൾക്കിടയിൽ ചെറുമൊട്ടുകളും പ്രത്യക്ഷപ്പെടാൻ തുടങ്ങി. ബോൺസായ് രൂപംമാറി ഒരു പൂർണ്ണവൃക്ഷമാകാൻ കൊതിക്കുന്നതുപോലെ ധൃതഗതിയിലായിരുന്നു അതിന്റെ വളർച്ച. പെട്ടെന്ന് വൃക്ഷം സംസാരിക്കാൻ തുടങ്ങിയപ്പോൾ ഞാൻ അദ്ഭുതപ്പെട്ടു. ആ ശബ്ദം എനിക്കു പരിചിതമായിരുന്നു. വർഷങ്ങളായ് കൺസർവേറ്ററിയിൽനിന്നു ഞാൻമാത്രം കേട്ടുകൊണ്ടിരുന്ന അതേ ശബ്ദമായിരുന്നു അത്!

അന്ന രാത്രിയിൽ കൺസർവേറ്ററിയിൽനിന്ന വീണ്ടും സംസാരം കേട്ടു. ഒപ്പം, നേർത്ത കരച്ചിലിന്റെ ശബ്ദവും. എനിക്ക് അസ്വസ്ഥത തോന്നി, ഒപ്പം, കുറ്റബോധവും. പ്രഭാതത്തിൽ മറ്റുള്ളവർ ഉണരുന്ന തിന്നുമുമ്പേ ഞാനുണർന്നു. കുന്നുകളുടെ നെറുകയിലും താഴ്വരയിലും അസാധാരണമാംവിധം മൂടൽമഞ്ഞ് പടർന്നിരുന്നു. വൃക്ഷങ്ങളിലെ ഇലകൾക്കും ഇലപൊഴിയുംകാലമായതിനാൽ നിറഭേദം വന്നുതുടങ്ങി യിരുന്നു. ഇനിയവ പൊഴിഞ്ഞുവീഴും. പിന്നെ, മറ്റൊരു കാലത്ത് വീണ്ടും തളിരിട്ട് പൂത്തുതിമിർക്കും. നഷ്ടപ്പെട്ട ഇലകളെക്കുറിച്ച് ഒരിക്കൽപ്പോലും ഓർമ്മിക്കുകപോലുമില്ലാതെ.

മറ്റുള്ളവർ എഴുന്നേല്ക്കുന്നതിന്നുമുമ്പേ ഗാർഡൻഷെഡ്ഡിൽനിന്ന ഷവൽ പുറത്തെടുത്ത്, ഞാൻ പൂന്തോട്ടത്തിലേക്കു നടന്നു. പിന്നെ, സൂര്യപ്രകാശം ഏറ്റവും കൂടുതൽ ലഭിക്കുന്ന സ്ഥലം നോക്കി, വൃത്താകൃ തിയിൽ മണ്ണു നീക്കുവാൻ തുടങ്ങി. ചെറിയമ്മയുടെ പുഞ്ചിരിക്കുന്ന മുഖം അടുക്കളയുടെ ചില്ലുജനാലയിലൂടെ എന്നെത്തന്നെ നോക്കിനില്ക്കുന്നത് അപ്പോൾ ഞാൻ കാണുന്നുണ്ടായിരുന്നില്ല.

ഗിലെയാദിലെ അന്തേവാസി

പ്രഭാതം, സായാഹ്നത്തെക്കാൾ മനോഹരമാണെന്നാണ് ഒലിയയ്ക്ക് എപ്പോഴും തോന്നാറ്. ഓറഞ്ച്, മഞ്ഞ, പിന്നെ, അതിരില്ലാത്ത നീലിമ. നിശ്ചിതയനുപാതത്തിൽ ചാലിച്ച ആകാശത്തിന്റെ നിറക്കൂട്ടുകളുടെ ഭംഗിമാത്രമല്ല അതിനു കാരണം. ബ്രിസ്ബനിൽ സായംസന്ധ്യകളും നിറക്കൂട്ടുകൾകൊണ്ടു മനോഹരമാണ്. അതിരാവിലെ വൂലൻഗാബയിലേക്കുള്ള യാത്രയിൽക്കാണുന്ന കാഴ്ചകൾ പകരുന്ന ഉണർവ്വാണ്, പ്രഭാതങ്ങൾ കൂടുതൽ സുന്ദരമെന്ന് ഒലിയയുടെ ഉള്ളിൽ തോന്നിപ്പിക്കുന്നത്. അംബരചുംബികളായ കെട്ടിടങ്ങളുടെ നെറുകയിൽകത്തുന്ന ചുവന്ന വെളിച്ചങ്ങൾപോലും ദൂരക്കാഴ്ചയിൽ അവളിൽ ശുഭാപ്തിവിശ്വാസമുണർത്തും. ഇരുട്ട് നിഴൽവീഴ്ത്തിയ മരങ്ങളുടെ ഇലപ്പടർപ്പുകൾക്കിടയിലൂടെ കാണുന്ന ആകാശത്തിന്റെനിറമുള്ള നുറുങ്ങുകളും അങ്ങനെതന്നെ. ഒരു പോസിറ്റീവ് ഊർജ്ജം.

ഒലിയയ്ക്കു പലപ്പോഴും അദ്ഭുതം തോന്നിയിട്ടുണ്ട്, എന്നുമുതലാണ് അവൾ ഇങ്ങനെയൊക്കെ ചിന്തിക്കാൻ തുടങ്ങിയതെന്ന്. ചിലപ്പോൾ അവൾക്കു സംശയം തോന്നും, താൻ പഴയ ഒലിയതന്നെയാണോ എന്ന്. അന്നേരം അവളുടെ മുഖത്തു വിരിയുന്ന ഒരു ചിരിയുണ്ട്. അതിന് അർത്ഥങ്ങൾ പലതാണ്. ജീവിതത്തിൽ തോറ്റുകൊടുത്തില്ല എന്ന തിരിച്ചറിവിന്റെ ഓർമ്മ, ചിരിയോടൊപ്പം അവളെ ചിലപ്പോൾ കരയിക്കുകയുംചെയ്യും. വിജയിക്കുന്നവർക്കുമാത്രം കഴിയുന്ന ഒരുതരം സുഖം പകരുന്ന കരച്ചിലാണത്. ഇത്തരം സന്ദർഭത്തിൽ അവൾ ആത്മവിശ്വാസത്തിന്റെ കൊടുമുടിയിലായിരിക്കും. അവൾക്കു കീഴടക്കാൻ

കഴിയാത്തതായ് ഒന്നുമില്ലെന്ന ബുദ്ധിശൂന്യമായ് ചിന്തിക്കും. ഒലിയയ്ക്ക് അറിയാം, ആ ചിന്തയിലെ കഥയില്ലായ്മ. എങ്കിലും അത്തരം ചിന്തകൾക്ക് അവൾ കടിഞ്ഞാണിടാറില്ല. മനസ്സിനെ സ്വതന്ത്രമായ് വിഹരിക്കാൻ വിടുമ്പോൾ, അതിരുകൾ ലംഘിക്കുന്നുണ്ടോ എന്ന് അവൾ സന്ദേഹപ്പെടാറേയില്ല. ആ ലോകം മറ്റുള്ളവർ കാണുന്നില്ലല്ലോ എന്ന ബോദ്ധ്യംതന്നെയാണ് ധൈര്യം.

പക്ഷേ, രണ്ടു ദിവസംമുമ്പുണ്ടായ ഒരു കാര്യം അവളെ വല്ലാതെ കീഴ്പ്പെടുത്തിക്കളഞ്ഞിരുന്നു. കീഴടക്കപ്പെടുമ്പോളല്ല, ഒരിക്കലും തോല്‌വി സമ്മതിക്കാത്ത ചിലർ നമ്മുടെ മുമ്പിൽ തല കുനിക്കുമ്പോളാണ് യഥാർത്ഥത്തിൽ നമ്മൾ തോല്ക്കുന്നതെന്ന പുതിയൊരു ചിന്ത, ആ സംഭവം അവളുടെയുള്ളിൽ ഉണർത്തുകയുംചെയ്തു.

ആറുമാസമേ ആയിട്ടുള്ളൂ, അവൾ ആ വൃദ്ധസദനത്തിൽ ജോലിക്കു ചേർന്നിട്ട്. ഒരു ആതുരശുശ്രൂഷകയ്ക്കു വേണ്ട അർപ്പണവും കാരുണ്യവും ക്ഷമയും അവളിൽ വേണ്ടുവോളമുണ്ട്. അവളുടെ രീതികൾ എല്ലാവരിലും ഇതിനകം മതിപ്പുളവാക്കിയിരുന്നു. മറവിരോഗത്തിന്റെ പിടിയിലമർന്ന അന്തേവാസികൾപോലും അവളെക്കാണുമ്പോൾ പുഞ്ചിരിക്കുന്നു; എന്തൊക്കെയോ അവളോടു പുലമ്പിസംസാരിക്കുന്നു. അവളുടെ പുഞ്ചിരിക്കു മറ്റുള്ളവരിലേക്കു പടർന്നുകയറാൻ കഴിയുമെന്ന് അങ്ങനെയാണ് അവൾ മനസ്സിലാക്കിയത്.

ജോലിയുടെ അഭിമുഖത്തിനായ് ആദ്യമായ് ഗിലെയാദുവൃദ്ധസദനത്തിന്റെ വാതിൽ കടന്ന് അകത്തുചെന്ന നിമിഷം അവൾ വീണ്ടും ഓർത്തുപോയി. ഗിലെയാദ്! ആ പേര് ഉച്ചരിക്കുമ്പോൾത്തന്നെ ഇളംകാറ്റിൽ പരക്കുന്ന തൈലത്തിന്റെ പരിമളം ചുറ്റും വ്യാപിക്കുന്നതുപോലെയാണ് അവൾക്കു തോന്നാറ്. പേരിന്റെ ചരിത്രപരമായ പെരുമയെക്കുറിച്ച് അവൾക്കറിവുണ്ടായിരുന്നതാണ് ആ തോന്നലിനു കാരണം.

റിസപ്ഷനിലിരുന്ന ജുൻകോ എന്നുപേരുള്ള ഏഷ്യൻവംശജയാണ് അവളെ സന്ദർശകർക്കുള്ള ലൗഞ്ചിലേക്ക് ആനയിച്ചത്. വിക്ടോറിയൻ ശൈലിയിലുള്ള മനോഹരമായ ഇരിപ്പിടങ്ങളിലൊന്നിൽ ഇരുന്നപ്പോൾ അവൾ ചിന്തിച്ചു, ദൈവങ്ങളുടെയും പ്രതിപുരുഷന്മാരുടെയും ചിത്രങ്ങൾ എങ്ങും കാണുന്നില്ലല്ലോ എന്ന്. അവൾക്കെതിർവശത്തുള്ള ഭിത്തിയിൽ ഉറപ്പിച്ചിരുന്ന മൂന്നു പാളികൾ ചേർത്തിണക്കിയ, സ്വർണ്ണപശ്ചാത്തലത്തിലുള്ള പെയ്ന്റിംഗിൽ, ചുവന്ന, ചെറിയയിലകൾ നിറയെയുള്ള ഒരു മരം പടർന്നുനിന്നിരുന്നു. ചിത്രത്തിന്റെ വലിപ്പവും ആകർഷണീയതയും ചുറ്റുമുള്ള എല്ലാ അലങ്കാരവസ്തുക്കളെയും നിഷ്പ്രഭമാക്കിയിരുന്നു. ഒരു

ഇന്റീരിയർഡിസൈനറുടെ കണ്ണിലൂടെ നോക്കിയാൽ ആ ചിത്രമായിരുന്നു ആ മുറിയിലെ മുഖ്യാകർഷണം. ചിത്രത്തിന്റെ ഭംഗിയിൽ ലയിച്ചിരിക്കുമ്പോഴാണ് പെട്ടെന്ന് അവൾക്കു മുമ്പിൽ ഫസിലിറ്റിമാനേജർ പ്രത്യക്ഷപ്പെട്ടത്. അവരുടെ പറ്റെ മുറിച്ച മുടിയും നീളൻട്രൗസറും ഒഴുക്കൻഷർട്ടും സ്ത്രീയെക്കാൾ പുരുഷഭാവമാണ് ആദ്യകാഴ്ചയിൽ ധ്വനിപ്പിച്ചത്. പക്ഷേ, തൊലിയിൽ വീണുതുടങ്ങിയ വരകൾ പ്രായം വിളിച്ചുപറഞ്ഞു. സ്വർണ്ണത്തിന്റെ ഫ്രെയിമിട്ട കണ്ണടയ്ക്കുള്ളിൽ തിളങ്ങുന്ന നീലക്കണ്ണുകളിൽ അധികാരം സ്ഫുരിക്കുന്ന നോട്ടം ഒളിച്ചിരിക്കുന്നത് അവൾ കാണാതിരുന്നില്ല. അതിനെ മറച്ചുപിടിക്കുന്ന പുഞ്ചിരിയിൽ, കൃത്രിമത്വത്തിന്റെ അതിപ്രസരവും അവൾ കണ്ടെടുത്തു. അത്തരം പുഞ്ചിരികൾ പരിചയിച്ചുകഴിഞ്ഞിരുന്നതിനാൽ അവളും താദാത്മ്യത്തോടെ പുഞ്ചിരിച്ചു.

"ഗുഡ് മോണിംഗ് ഒലിയ."

ശബ്ദത്തിൽ സ്ത്രീത്വമുണ്ടായിരുന്നു. ഏതോ യൂറോപ്യൻഭാഷയുടെ ചുവയും.

"ഗുഡ് മോണിംഗ് നാദിയ."

അവൾ മറ്റൊരു മുറിയിലേക്ക് ആനയിക്കപ്പെട്ടു. അതവരുടെ ഓഫീസുമുറിയായിരുന്നു. ആ മുറിയിലെ അടുക്കില്ലായ്മ അവളെ അദ്ഭുതപ്പെടുത്താതിരുന്നില്ല. ക്രമപ്പെടുത്തിവയ്ക്കാത്ത ഫയലുകളും കടലാസുകൂട്ടങ്ങളും ഭിത്തിയോടു ചേർത്തിട്ടിരിക്കുന്ന കംപ്യൂട്ടർട്ടേബിളിൽ ചിതറിക്കിടന്നിരുന്നു. ഭിത്തിയിൽ തൂക്കിയിട്ടിരുന്ന ഡാവിഞ്ചിയുടെ മൊണാലിസ അവളെ നോക്കി, പുഞ്ചിരിച്ചു. ആ ചിരിയുടെ അർത്ഥം മനസ്സിലാക്കിയതുപോലേ അവളും പുഞ്ചിരിച്ചു.

"ഇരിക്കൂ."

അഭിമുഖത്തിന്റെ ഔപചാരികത! ചോദ്യങ്ങളും മറുപടികളും.

ഇടയ്ക്കു വാതിലിൽ മുട്ടി, അനുവാദം ചോദിക്കാതെതന്നെ അകത്തേക്കു വന്നത് റിസപ്ഷനിസ്റ്റ് ജൂൻകോ ആയിരുന്നു. കൈയിൽ ഒരു കപ്പു കാപ്പിയുണ്ടായിരുന്നു. അതു മാനേജരുടെ മുമ്പിൽ മേശപ്പുറത്തുവച്ച്, നന്ദി പ്രതീക്ഷിക്കുന്നില്ലെന്നമട്ടിൽ അവർ തിരിയേ നടന്നു. മാനേജർ നന്ദി പറഞ്ഞുമില്ല. അഭിമുഖം കഴിയുന്നതുവരെയും അവർ അതു രുചിച്ചുനോക്കാഞ്ഞത് അവളെ അദ്ഭുതപ്പെടുത്തി. ആറിത്തണുത്ത കാപ്പിക്കു മുകളിൽ തവിട്ടുനിറമുള്ള പാൽപ്പാട ഇനിയും അറിയപ്പെടാത്ത ഏതോ ഭൂഖണ്ഡത്തിന്റെ ചിത്രം തീർത്തിരുന്നു. എന്തിനാണത് അവർ

അവിടെ വരുത്തിയതെന്ന് അവൾ പിന്നീട് അലോചിച്ചുനോക്കിയിരുന്നു. അതിന്റെ പൊരുളിൽ, അധികാരഗർവ്വിന്റെ പാൽപ്പാടയാണ് ഭൂഖണ്ഡത്തിന്റെ ചിത്രം വരച്ചത് എന്നവൾ ഊഹിച്ചെടുത്തു. അഭിമുഖം കഴിഞ്ഞതിന്റെപിന്നാലെ അവരത് വാഷ്ബേസിനിൽ ഒഴുക്കിക്കളയുകാണും എന്നവൾ ഉറച്ചുവിശ്വസിച്ചു. ആ രംഗം മനസ്സിൽ സങ്കല്പിക്കുമ്പോഴൊക്കെ അവൾ അറിയാതെ ചിരിച്ചുപോകും. എന്തായാലും അവൾക്കവിടെ ജോലി ലഭിച്ചു.

മുമ്പിൽ ട്രാഫിക് കൂടിവരുന്നുണ്ട്. ആംബുലൻസിന്റെ സൈറൺ മുഴങ്ങിക്കേൾക്കാം. ഇത്ര രാവിലെതന്നെ? ട്രാഫിക്ക്ബ്ലോക്ക് അലോസരമാണ്. അതിൽ അകപ്പെടുമ്പോൾ, കൂട്ടിലടയ്ക്കപ്പെട്ട വെരുകിനെപ്പോലെയാണവൾ. മുന്നോട്ടുള്ള പ്രയാണത്തെ തടസ്സപ്പെടുത്തുന്ന എന്തും ആദ്യം അവളിൽ ഒരു മുഷിച്ചിലുണ്ടാക്കും. പിന്നെ, അതുമായ് പൊരുത്തപ്പെടും. അടുത്ത വഴികളെക്കുറിച്ച് ആലോചിക്കും. റോഡിന് ഇടതുവശത്തുള്ള ചെറിയൊരു പാർക്കിലേക്ക് അവൾ നോക്കി. അവിടെ നില്ക്കുന്ന ബോട്ടിൽനെക്കുമരത്തിന്റെ തായ്ത്തടിക്കു മനോഹരമായ പൂപ്പാത്രത്തിന്റെ ആകൃതിയായിരുന്നു. അതിന്റെ ഇലകൾക്ക് അവളുടെ നാട്ടിൽക്കാണുന്ന പഞ്ഞിമരത്തിന്റെ ഛായയും .

കാഴ്ചകളുടെയും ചിന്തകളുടെയും പാരസ്പര്യം മനസ്സിനെ ചിലപ്പോൾ പിന്നോട്ടു പായിക്കും. അതൊരു മാജിക്കുപോലെയാണ്. ഒട്ടും വിചാരിക്കാത്ത നേരത്താണ് അത്തരം കാര്യങ്ങൾ സംഭവിക്കുന്നത്. എങ്കിലും ഓർത്തവയെത്തന്നെ വീണ്ടും ഓർക്കാൻ അവൾക്കിഷ്ടമാണ്. അതുകൊണ്ടുതന്നെ ഒരു വിദ്യാർത്ഥി ഹൃദിസ്ഥമാക്കിയ ചോദ്യോത്തരംപോലേ, പലതും അവൾക്കു സ്പഷ്ടമാണ്.

ചില ഓർമ്മകൾ അവളുടെ കണ്ണുകളെ നനയിക്കും. പക്ഷേ, ആ നനവ് അവളെ കൂടുതൽ ഉന്മേഷവതിയാക്കും. എല്ലാ ദുരിതങ്ങളെയും അതിജീവിച്ചുവെന്ന പോസിറ്റീവ്ചിന്തയാണ് അവളുടെ ഉന്മേഷത്തിനു കാരണമാകുന്നത്.

മലകളാൽ ചുറ്റപ്പെട്ട അവളുടെ ഗ്രാമത്തെക്കുറിച്ചോർക്കാൻ അവൾക്കെപ്പോഴും ഇഷ്ടമാണ്. വേണ്ടപ്പെട്ടവരൊക്ക ഇപ്പോഴും അവിടെത്തന്നെയാണ്. അവരിൽ എത്രപേർ ഇപ്പോൾ ജീവനോടെയുണ്ടാകും? ആ ഓർമ്മകളിൽനിന്നുള്ള വിടുതൽ, നീണ്ട നെടുവീർപ്പുകളിൽമാത്രമേ അവസാനിക്കുകയുള്ളൂ.

ഇൻഡോനേഷ്യൻതീരത്തുനിന്ന് അവളും ഭർത്താവും കുട്ടിയും കയറിയ ബോട്ടിൽ വേറേയും എത്രയോ ആളുകളുണ്ടായിരുന്നു.

ഏറെയും സിറിയയിൽനിന്നുള്ളവരായിരുന്നു. അവർ മൂന്നു ദിവസമായ് അതിനുള്ളിൽത്തന്നെയായിരുന്നു. കുട്ടികളും മുതിർന്നവരുമെല്ലാം കഠിനമായ യാത്രയിൽ അവശരായിക്കഴിഞ്ഞിരുന്നു. ജക്കാർത്തയിൽനിന്നു ഡാർവിന്റെ തീരത്തെത്താൻ അവൾക്കു പത്തുമണിക്കൂർമാത്രം മതിയായിരുന്നു. ഒരു വയസ്സുമാത്രമുള്ള കുഞ്ഞിനായിക്കരുതിയ പാൽ, അവൾ ഇടയ്ക്കു തീർത്തും ക്ഷീണിച്ച ഒരു സിറിയൻകുഞ്ഞിനു കുടിക്കാൻ കൊടുത്തിരുന്നു. അതിന്റെ വരണ്ട ചുണ്ടുകളിൽ വിരിഞ്ഞ ചിരിയിലെ പാൽത്തുള്ളികളുടെ നനവ്, അവളുടെ കണ്ണുകളിലേക്കു പടർന്നുകയറിയതും അവൾക്കോർമ്മയുണ്ട്.

ഒരായുസ്സിൽ സമ്പാദിച്ചതൊക്കെയും പിന്നിലുപേക്ഷിച്ച് പലായനംചെയ്യാൻ വിധിക്കപ്പെട്ടവരായിരുന്നു ആ ബോട്ടിൽ ഏറെയും. അഞ്ഞൂറിലധികംപേർ, സ്വത്വം നഷ്ടപ്പെട്ടവർ. പക്ഷേ, അവരെല്ലാവരും ജീവനുള്ള മനുഷ്യരായിരുന്നു. ചിന്തകളുടെ ശ്വാസംമുട്ടലിൽ സംസാരിക്കാൻ മറന്നുപോയ മനുഷ്യർ.

ബോട്ടിന്റെ അടിത്തട്ടിൽ കഴിഞ്ഞവരുടെ കാര്യമായിരുന്നു ഏറ്റവും കഷ്ടം. അവർക്കു പ്രാണവായുപോലും ശരിയായ് ലഭിക്കുന്നുണ്ടായിരുന്നില്ല. പലരും മരണമുഖത്തുനിന്നു രക്ഷപെട്ടു വന്നവരാണ്.

രക്ഷപെട്ടോ? ആ ബോട്ടിൽ മരണത്തിന്റെ കൈകൾക്കുള്ളിൽത്തന്നെയായിരുന്നു അവരെല്ലാവരും. എങ്കിലും മരണഭയം അവരെ കീഴ്പ്പെടുത്തിയില്ല.

ജീവിക്കാനുള്ള കൊതി, ചുറ്റിപ്പറ്റിനില്ക്കുന്ന മരണത്തെക്കുറിച്ചുള്ള ചിന്തകളിൽനിന്നുപോലും മോചനം നല്കുമെന്ന് അന്നാണ് അവൾക്ക് ആദ്യമായ് മനസ്സിലായത്.

നെടുവീർപ്പുകളുടെ മുളക്കങ്ങൾ. ശരീരവും മനസ്സും തളർന്നുപോയ മനുഷ്യരൂപങ്ങൾ. അവളും അവരിൽ ഒരാളായിരുന്നു. പീഡിപ്പിക്കപ്പെട്ട ഒരു ന്യൂനവർഗ്ഗത്തിന്റെ പ്രതിനിധി. മുന്നിലെ വഴികൾ കൊട്ടിയടയ്ക്കപ്പെട്ടപ്പോൾ, അവശേഷിച്ച അവസാന തരി പൊന്ന്, ഏജന്റിന്നു കൊടുത്താണ് അവളും ഭർത്താവും കുട്ടിയോടൊപ്പം ബോട്ടിൽ ഒരിടം ഒപ്പിച്ചെടുത്തത്. ഒരു തിരയുടെ ചാഞ്ചാട്ടത്തിൽ കൊഴിഞ്ഞുപോകാവുന്ന ജീവിതങ്ങളായിരുന്നു എല്ലാവരുടേതും. എങ്കിലും സമുദ്രം അവരെ ഭയപ്പെടുത്തിയതേയില്ല. ആ ഓർമ്മകളിൽ ഒരു ദീർഘനിശ്വാസം അവളറിയാതെ ഉതിർന്നുവീണ്, വായുവിൽ അലിഞ്ഞുചേർന്നു.

മുമ്പിലെ വാഹനങ്ങൾ വീണ്ടും ചലിച്ചുതുടങ്ങിയിരിക്കുന്നു. പകൽ കൂടുതൽ വെളുത്തുകഴിഞ്ഞു. കാഴ്ചകൾ ഇപ്പോൾ വ്യക്തമാണ്. ഗിലെയാദിൽ കുറച്ച് അന്തേവാസികൾമാത്രമേയുള്ളൂ. അവരെല്ലാവരും എഴുപതിനുമുകളിൽ പ്രായമുള്ളവരാണ്. മറവിരോഗംപിടിപെട്ടവരും കാൻസർ ബാധിച്ചവരും അക്കൂട്ടത്തിലുണ്ട്. ഉച്ചകഴിഞ്ഞുള്ള ഷിഫ്റ്റിൽ ഒരു നേഴ്സുമാത്രമേ ഡ്യൂട്ടിയിൽ ഉണ്ടാവുകയുള്ളൂ. പ്രഭാതഡ്യൂട്ടിയിൽ ക്ലിനിക്കൽനേഴ്സ് കൂടെയുണ്ടാകുമെങ്കിലും അവർക്കു പ്രത്യേകം ഓഫീസുണ്ട്. മെഡിക്കേഷൻകാര്യങ്ങളിലൊന്നും അവർ നേരിട്ടിടപെടാറില്ല. ചുരുക്കത്തിൽ, മോണിംഗ്ഡ്യൂട്ടിയിലും ഒരു നഴ്സുമാത്രമേ നഴ്സിംഗ്സ്റ്റേഷനിൽ ഉണ്ടാകാറുള്ളൂ. അവൾക്ക് ഓറിയന്റേഷൻ കൊടുത്തത് വെള്ളക്കാരിയായ സീനിയർനേഴ്സ് കരോളിനായിരുന്നു. മനുഷ്യപ്പറ്റുള്ള ഒരു വെള്ളക്കാരി.

ഹൈ കെയറിലുള്ള ഒരു അന്തേവാസിയുടെ ലിംഗാഗ്രത്തിലുള്ള വ്രണം വൃത്തിയാക്കുവാനാണ് രണ്ടാംദിവസം അവർ അയാളുടെ മുറിയിലെത്തിയത്. റോബർട്ട്, അതായിരുന്നു അയാളുടെ പേര്. എൺപത്തിമൂന്നു വയസ്സുണ്ട്. ബൈപോളാർഡിസോർഡറെന്ന അസുഖമുണ്ട്. അധികം സംസാരിക്കുന്നത് ഇഷ്ടമല്ലാത്ത പ്രകൃതമെന്നു കരോളിൻ മുന്നറിയിപ്പു നല്കിയിരുന്നു.

ഡോറിൽ മുട്ടി, അവർ അകത്തു കയറി. സമയം ഉച്ചയോടടുത്തിട്ടും റോബർട്ട് ഉറക്കത്തിലായിരുന്നു. ഉറക്കത്തിൽനിന്നു പെട്ടെന്ന് ഉണർത്തിയതിന്റെ അനിഷ്ടം അയാളുടെ മുഖത്തു പ്രകടമായിരുന്നു.

കരോളിൻ, ഒലിയയെ അയാൾക്കു പരിചയപ്പെടുത്തി. അയാൾ മുഖത്തുനോക്കാതെ ഒന്നു മൂളുകമാത്രം ചെയ്തു.

ബെഡ്ഡിൽ ഇരിക്കുവാൻ അവർ അയാളെ സഹായിക്കുമ്പോഴാണ്, ഭയപ്പെടുത്തുന്ന ഒച്ചയിൽ അയാൾ അലറിയത്. “നീ എന്നെ തൊടരുത്.”

അവൾ ഞെട്ടി പിന്നോട്ടു മാറി. പെട്ടെന്ന് ഒരു ശൂന്യതയിലേക്കു വഴുതിവീണതുപോലെ അവൾക്കു തോന്നി. എന്താണു സംഭവിച്ചത് എന്നുപോലും ചില നിമിഷങ്ങളോളം അവൾക്കു മനസ്സിലായില്ല.

“പുറത്തു കടക്ക്.” വീണ്ടും അലർച്ച.

അയാളുടെ ക്ഷീണിച്ച ശരീരത്തിൽ ഇത്രമാത്രം ഊർജ്ജം ഒളിച്ചിരിപ്പുണ്ടായിരുന്നോ എന്നോർത്ത് അവൾ പിന്നീട് അദ്ഭുതപ്പെട്ടിട്ടുണ്ട്.

കാരോളിനും വല്ലാതായിപ്പോയിരുന്നു. അവൾ പക്ഷേ, മിണ്ടാതിരുന്നില്ല. കർക്കശതയോടെതന്നെ പറഞ്ഞു:

"റോബർട്ട്, നീ മര്യാദയോടെ സംസാരിക്കണം. അവൾ ഇവിടുത്തെ നഴ്സാണ്. നിന്റെ അളിഞ്ഞ അവയവം മരുന്നുവച്ചുകെട്ടേണ്ടവൾ."

"ഈ തൊലികറുത്തവളോ? വേണ്ടാ. അവളെന്നെ തൊടരുത്."

അയാളുടെ സ്വരത്തിൽ മുറ്റിനിന്നിരുന്ന വംശാധിക്ഷേപത്തിന്റെ ചുവയും കോപവും നൊടിനേരമെങ്കിലും അവളെ വേദനിപ്പിച്ചു. ശൂന്യതയുടെ പിടിയിൽനിന്ന് അതിനകം അവൾ പുറത്തു കടന്നിരുന്നു. എന്താണ് സംഭവിക്കുന്നതെന്ന് അവൾക്കു ബോദ്ധ്യപ്പെട്ടുകഴിഞ്ഞിരുന്നു.

"അവളെ എന്റെ മുറിയിൽനിന്നു പുറത്താക്ക്."

കരോളിൻ കണ്ണുകൊണ്ടു ആംഗ്യം കാണിക്കുന്നതിനുമുമ്പേ അവൾ മുറിക്കു പുറത്തേക്കു നടന്നുകഴിഞ്ഞിരുന്നു.

പിന്നീടു കരോളിൻ അവളെ ആശ്വസിപ്പിച്ചു. അപ്പോഴേക്കും അവൾ അത് ഉൾക്കൊണ്ടുകഴിഞ്ഞിരുന്നു. സാരമില്ല. അയാൾ ഒരു രോഗികൂടെയല്ലേ. അവൾ അതിനെ നിസ്സാരവൽക്കരിച്ചു. ഇൻസിഡന്റ്റിപ്പോർട്ടിലും അവൾ സംഭവത്തെ പർവ്വതീകരിച്ച് എഴുതിയില്ല.

വർണ്ണവും വർഗ്ഗവും വെള്ളക്കാരന്റെ മനസ്സിൽമാത്രമല്ല എന്നവൾ സ്വന്തം നാട്ടിൽനിന്നേ തിരിച്ചറിഞ്ഞതാണ്. അവളെപ്പോലുള്ളവർ എവിടെയും ഉൾപ്പെടുന്നില്ലെന്നുള്ള ചിന്ത അവളെ കുറച്ചു നേരത്തേക്ക് അസ്വസ്ഥയാക്കിയിരുന്നു. എങ്കിലും അതുമായും അവൾ വേഗം പൊരുത്തപ്പെട്ടു. ഏതു സാഹചര്യവുമായ് പെട്ടെന്നു പൊരുത്തപ്പെടാൻ കഴിയുന്നതുതന്നെയാണ് അവളുടെ ഏറ്റവും വലിയ ഗുണം എന്നവൾക്കറിയാമായിരുന്നു. ഒന്നിനെക്കുറിച്ചും ചിന്തിച്ചു വിഷമിച്ചിട്ടു കാര്യമില്ലെന്ന് അവൾക്കറിയാം. എല്ലാ തിക്താനുഭവങ്ങളെയും ജീവിതത്തിൽ കാണാതെപഠിക്കേണ്ട പാഠങ്ങളായിട്ടാണ് അവൾ കണക്കാക്കിയിട്ടുള്ളത്. പിന്നീട്, അവൾ മോർണിംഗ്ഷിഫ്റ്റിൽ ആയിരിക്കുമ്പോൾ, റോബർട്ടിന്റെ മെഡിക്കേഷനെല്ലാം വെള്ളക്കാരിയായ ക്ലിനിക്കൽനേഴ്സാണ് ചെയ്തിരുന്നത്.

എങ്കിലും ഡൈനിങ്ങ്ലൗഞ്ചിൽ മറ്റുറെസിഡന്റ്സിനു മരുന്നു കൊടുക്കുന്ന സന്ദർഭത്തിൽ അവൾ റോബർട്ടിനെയും നോക്കി, ഭംഗിയായ് പുഞ്ചിരിക്കും. അയാളോടല്ലെന്നവിധത്തിൽ നോട്ടം അയാളുടെ മുഖത്ത് തങ്ങിനില്ക്കാതെ, ആ ചിരി തൊട്ടടുത്തിരിക്കുന്ന മറ്റുമുഖങ്ങളിലേക്ക് അവൾ സൂത്രപൂർവ്വം കൈമാറും. അയാൾ അനിഷ്ടത്തോടെ മുഖം വെട്ടിത്തിരിക്കുമ്പോൾ, തവിട്ടുനിറം ഇത്രയ്ക്കു മോശമാണോ എന്നവൾ സ്വയം ചോദിച്ച്, ഉള്ളിൽ ചിരിക്കും.

മാനേജരുടെ അരുമകളായ രണ്ടു പട്ടിക്കുട്ടികൾ നഴ്സിംഗ്സ്റ്റേഷനോടുചേർന്ന് അവർക്കായ് ഒരുക്കിയിട്ടിരിക്കുന്ന സ്ഥലത്ത് പകൽമുഴുവനും ഉണ്ടാകും. ആദ്യദിനം അവയെ നോക്കി, ചില്ലുവാതിലിലൂടെ കൈവീശിക്കാണിച്ചപ്പോൾ, അതിലൊരെണ്ണം കുരച്ചുകൊണ്ടു പ്രതിഷേധിച്ചിരുന്നു. അതും അവളുടെ നിറത്തോടുള്ള അനിഷ്ടമായിരുന്നോ എന്നവൾ തമാശയോടെ ചിന്തിച്ചുപോയിട്ടുണ്ട്.

***

ആതുരശുശ്രൂഷകയുടെ റോളിൽ ആദ്യമായ് ജോലി തുടങ്ങുമ്പോൾ അവൾക്കു പ്രതീക്ഷകൾ ഏറെയായിരുന്നു. പിന്നിട്ട വഴികളിലെ തിക്താനുഭവങ്ങൾ അവളെ പലതും പഠിപ്പിച്ചുകഴിഞ്ഞിരുന്നു. ആറു വർഷത്തെ ജീവിതത്തിൽ ഒരു അഭയാർത്ഥിയുടെ സ്ഥാനം എവിടെയെന്ന് അവൾ മനസ്സിലാക്കിക്കഴിഞ്ഞിരുന്നു. അഭയാർത്ഥിക്കു വേരുകൾ അവകാശപ്പെടാനില്ലെന്ന് അവൾ തിരിച്ചറിഞ്ഞു. അവർ എവിടെയും ഉൾപ്പെടുന്നില്ല. ആ ചിന്ത അവളെ ഞെരുക്കുകയല്ല, സ്വതന്ത്ര്യയാക്കുകയാണു ചെയ്തത്. പടവുകൾ തനിയേ കയറിപ്പോകണമെന്നും ആരും താങ്ങായിട്ടുണ്ടാകുകയില്ലെന്നും അവൾ മനസ്സിലാക്കിയിരുന്നു. അങ്ങനെയാണ് അവൾ ആതുരശുശ്രൂഷയുടെ വഴി തിരഞ്ഞെടുത്തത്. ആ യാത്രയും എളുപ്പമായിരുന്നില്ല. സ്ഥിരതാമസത്തിലേക്കുള്ള നിയമത്തിന്റെ നൂലാമാലകൾ, ഇംഗ്ലീഷുപരിജ്ഞാനംവർദ്ധിപ്പിക്കൽ, തുടങ്ങി ഒരു നേഴ്സാകുവാനുള്ള അവളുടെ ശ്രമത്തിൽ തടസ്സങ്ങൾ ഏറെയുണ്ടായിരുന്നു. എങ്കിലും നാട്ടിൽ അവൾക്കു ലഭിച്ചിരുന്ന വിദ്യാഭ്യാസം മുതൽക്കൂട്ടായി.

അഡ്മിഷൻ ആയിക്കഴിഞ്ഞപ്പോഴും ആഴ്ചയിൽ മൂന്നു ദിവസം അവൾ രാത്രി ക്ലീനിങ്ജോലിയിൽ ഏർപ്പെട്ടു. പകൽ പഠിച്ചു. ഇടവേളകളിൽ ഉറങ്ങുവാനും വിശ്രമിക്കുവാനുംകിട്ടിയ സമയം തുച്ഛമായിരുന്നു. കുഞ്ഞിന്റെ വളർച്ചയിൽ അവളെക്കാൾ വലിയ പങ്ക് അവളുടെ ഭർത്താവിന്റെ ചുമലിലായിരുന്നു. അവളുടെ ലക്ഷ്യത്തെക്കുറിച്ച് അവളെപ്പോലേതന്നെ അയാൾക്കും നല്ല ബോദ്ധ്യമുണ്ടായിരുന്നു. മുന്നോട്ടുള്ള യാത്രയിൽ അവർ രണ്ടുപേരും കൈകൾ പരസ്പരം മുറുകെ കോർത്തു പിടിച്ചു.

ആദ്യദിവസം ഹിജാബ് ധരിച്ചാണ് അവൾ ക്ലാസ്സിൽ പോയത്. ഒരു കൂട്ടത്തിനുമുമ്പിൽ വേറിട്ടുനില്ക്കുന്നു എന്നു തോന്നിയപ്പോൾ ആദ്യത്തെ ഇടവേളയിൽത്തന്നെ അവൾ അതഴിച്ച് ചവറ്റുകുട്ടയിൽ തള്ളി. അത്

അണിഞ്ഞിരുന്നതുകൊണ്ട് അവൾക്കൊരിക്കലും ഒരാനുകൂല്യവും ലഭിച്ചില്ലെന്ന് അവളോർത്തു. ഒരു മനുഷ്യൻ എന്നതിനെക്കാളുപരിയായ് താൻ ആരുമല്ലെന്ന് അന്നവൾ തീരുമാനിച്ചുറച്ചു. ഭൂമിയിലെ എല്ലാ ജീവജാലങ്ങളെയുംപോലേ അവളും വെറും ഒരു സൃഷ്ടിമാത്രം. അവൾ അവൾമാത്രമാണ്. അവളെ നയിക്കുന്നതും അവൾതന്നെയായിരിക്കും. മറ്റൊന്നിനും അവളുടെ ജീവിതത്തിൽ ഇനി ഇടമില്ല. അവളുടെ പ്രവൃത്തിയെക്കുറിച്ചു പറഞ്ഞപ്പോൾ ഭർത്താവ് അതു ശരിവച്ച് തലയനക്കി, ചിരിക്കുകമാത്രം ചെയ്തു. അവളുടെ ശരികളെ അയാൾക്കാണ് ഏറ്റവും എളുപ്പത്തിൽ മനസ്സിലായിരുന്നത്.

ഗിലെയാദിൽ ജോലി തുടങ്ങിയിട്ട് ആറു മാസങ്ങൾ കഴിഞ്ഞു. ആശിച്ച തീരത്ത് അവൾ എത്തിച്ചേർന്നു എന്നൊരു തോന്നൽ അവൾക്കുണ്ട്. ജീവിതം ചില സൃഷ്ടികൾക്കു വളരെ കഠിനമാണ്. അവൾ സൃഷ്ടികളുടെ ആ ഗണത്തിൽപ്പെടുന്ന ആളായിരുന്നു. പക്ഷേ, അതിജീവനത്തിനുള്ള ഊർജ്ജം എല്ലാ സൃഷ്ടികളിലും ജന്മസിദ്ധമായിത്തന്നെയുണ്ട്. കാറ്റിനോടും തിരകളോടും മത്സരിച്ചുജയിക്കണമെന്നുമാത്രം. അവൾ സ്വയം ഒരു ജേതാവായിമാത്രമേ കാണാറുള്ളൂ. അവളുടെ ആത്മവിശ്വാസത്തെ കെടുത്താൻ ഒരു കാറ്റിനും തിരമാലയ്ക്കും കഴിയില്ലെന്ന് അവൾ എപ്പോഴും സ്വയം പറഞ്ഞുവിശ്വസിപ്പിച്ചു.

പ്രിൻസ് അലക്സാണ്ട്രഹോസ്പിറ്റലിൽ അവൾക്കൊരു ഇന്റർവ്യൂ കഴിഞ്ഞിട്ടുണ്ട്. ഈ ചെറിയ ഫസിലിറ്റിയിലെ ചുരുങ്ങിയ കാലയളവിൽ നിന്ന് അവൾ ഏറെ കാര്യങ്ങൾ മനസ്സിലാക്കിയിരുന്നു. അവിടുത്തെ അന്തേവാസികളെ അവൾ വല്ലാതെ സ്നേഹിക്കുന്നുണ്ട്. അവളുടെ സാന്നിദ്ധ്യം അവർക്കും ഇഷ്ടമാണ്. മാനേജർക്കും അവളുടെ സേവനത്തോടു തൃപ്തിയാണ്. എല്ലായിടത്തും മൂക്കുവയ്ക്കുന്ന അവർ അവളെക്കുറിച്ചു മറ്റുസ്റ്റാഫുകളോടു പറഞ്ഞതു കേട്ടിരുന്നു. “അവൾ ഒരു മാണിക്യമാണ്.”

റോബർട്ടുമായ് അടുക്കാൻ കഴിയാത്തതുമാത്രമായിരുന്നു അവൾക്കു കഴിയാതെപോയ ഏക കാര്യം. ചില ജന്മങ്ങൾക്ക് ഒരിക്കലും പരിവർത്തനപ്പെടാൻ കഴിയില്ലെന്ന് അവൾ വിചാരിച്ചുറച്ചുപോയിരുന്നു. മൂന്നുമാസങ്ങൾക്കുമുമ്പ്, ആഫ്രിക്കക്കാരിയായ ഒരു നേഴ്സിംഗ്അസിസ്റ്റന്റിനെ അയാൾ വംശീയമായ് അധിക്ഷേപിക്കുകയും മുഖം മാന്തിപ്പറിക്കുകയുംചെയ്തു. ക്ഷമ നഷ്ടപ്പെട്ടുപോയ അവൾ കൈവീശി അയാളുടെ കരണത്തൊന്നു പൊട്ടിച്ചു. മാനേജരുടെ ഇടപെടലിൽ അതു പൊലീസ് കേസാക്കാതെ, അവളെ ജോലിയിൽനിന്നു പിരിച്ചുവിട്ട്, പരിഹരിച്ചു.

അതിനുശേഷം റോബർട്ടിനെ ഡൈനിങ്ങ്ലൗഞ്ചിലേക്കു കൊണ്ടു പോകാറില്ല. അയാൾ റിട്രീറ്റിൽ, ഒരു കസേരയിൽ ഒറ്റപ്പെട്ടയവസ്ഥ യിൽ ടി.വി.യിൽ കണ്ണുംനട്ട് പകൽ ചെലവഴിക്കുകയാണ് പതിവ്. അതിൽ അയാൾക്ക് പരാതിയുള്ളതായും തോന്നിയിട്ടില്ല.

കഴിഞ്ഞ മാസമാണ് റോബർട്ടിന്റെ ഭാരത്തിൽ കാര്യമായ വ്യത്യാസം ശ്രദ്ധയിൽപ്പെട്ടത്. ആഹാരം കഴിക്കുന്നതിൽ കുറവില്ലായിരുന്നതാനും. സ്കാനിങ്ങിൽ അയാൾക്ക് കോളൻകാൻസർ ആണെന്നു കണ്ടെത്തി. ദിനംപ്രതി റോബർട്ട് ക്ഷീണിതനായിക്കൊണ്ടിരുന്നു. എങ്കിലും റിട്രീറ്റിൽ തന്നെ സമയം ചെലവഴിക്കാനായിരുന്നു അയാൾക്കു താൽപര്യം.

അയാൾക്കരികിലൂടെ മറ്റന്തേവാസികളുടെ അടുക്കലേക്കു പോകേ ണ്ടിവരുമ്പോൾ, അവൾ അയാളെ പാളിനോക്കും. അപ്പോഴൊക്കെ യും അവൾക്ക് അയാളോടു സഹതാപം തോന്നാറുണ്ട്. പക്ഷേ, അഭിവാദ്യം പറഞ്ഞ് അയാളെ പ്രകോപിതനാക്കാൻ അവൾ ഇഷ്ട പ്പെട്ടില്ല.

രണ്ടു ദിവസംമുമ്പ് പതിവുപോലേ അയാളുടെ മുമ്പിലൂടെ കടന്നുപോ കുമ്പോൾ അവൾ റോബർട്ടിനെ നോക്കി. റോബർട്ട് അവളെയും കണ്ടു. അയാൾ കണ്ടുവെന്നു മനസ്സിലായപ്പോൾ, അവൾ വിളറിയ ഒരു ചിരി പൊഴിച്ചു നടന്നകലാൻ നോക്കി. അയാൾ അവളെ കൈമാടിവിളിച്ചു. അയാളുടെ മുഖത്തു ദേഷ്യമില്ലെന്ന് അവൾ കണ്ടു. അതവൾക്ക് ആശ്വാ സമായി. എങ്കിലും സംശയം മുഴുവനും വിട്ടുമാറിയിരുന്നില്ല.

"നിനക്കു സുഖമാണോ റോബർട്ട്?"

അവൾ പതിഞ്ഞ സ്വരത്തിൽ വെറുതേ ചോദിച്ചു.

"എന്തെങ്കിലും ഞാൻ ചെയ്തുതരണോ?"

അയാൾ നിഷേധത്തിൽ തലയാട്ടി. അയാൾ അവൾക്കു നേരേ കൈ നീട്ടി. അവൾക്കു വിശ്വസിക്കാൻ ബുദ്ധിമുട്ടു തോന്നി. കൈയിലിരുന്ന ട്രേ മുമ്പിലെ ചെറിയ മേശപ്പുറത്തുവച്ച്, അയാളുടെ അരികിൽ അവൾ മുട്ടുകുത്തിനിന്നു. അയാളുടെ ഇടതുകൈപ്പത്തി കൈകൾക്കുള്ളിലാക്കി.

"വേദനയുണ്ടോ?"

അവളുടെ സ്വരം ആർദ്രമായിരുന്നു.

അയാളുടെ മുഖത്ത് ആദ്യമായ് ഒരു ചിരി വിരിയുന്നത് അവൾ കണ്ടു. മാനേജരുടെ മുറിയിലെ മോണോലിസയെ അവൾ വീണ്ടും ഓർത്തു.

"എല്ലാം ഭേദമാകും." അവൾ കരുണയോടെ പറഞ്ഞു.

അതിനയാൾ മറുപടിയൊന്നും പറഞ്ഞില്ല. അവളുടെ കൈപ്പത്തിമേൽ അയാളുടെ വലതുകരം അമരുന്നത് അവൾ കണ്ടു.

“ഞാനൊരു വിഡ്ഢിയാണ്. മുരടനും. എന്നോടു ക്ഷമിക്കണം.” അയാൾ പുലമ്പി.

അയാളുടെ മുഖവും ചുണ്ടും വിറകൊള്ളുന്നത് അവൾ കണ്ടു. ഈ ലോകം മനോഹരമാണെന്നും ജീവിതം അതിലേറെ മനോഹരമാണെന്നും ആ നിമിഷം അവൾക്കു തോന്നി. റോബർട്ടിൽനിന്ന് അത്തരമൊരു കാര്യം അവൾക്കു സങ്കല്പിക്കാൻപോലും കഴിയില്ലായിരുന്നു. അവൾ ഒന്നുലഞ്ഞുപോയി. തികട്ടിവന്ന തേങ്ങലിനെ നിയന്ത്രിക്കാൻ അവൾക്കു നന്നേ പാടുപെടേണ്ടിവന്നു.

“അങ്ങനെയൊന്നും പറയരുത്. നീ നല്ലവനാണ്.”

“ഉം.”

അയാൾ സാവധാനം കൈകൾ പിൻവലിച്ച് വീണ്ടും നോട്ടം ടി.വി.യിലേക്കു മാറ്റിയപ്പോൾ, സാവകാശം അവളും അയാളോടു പുഞ്ചിരിച്ചുകൊണ്ടു നടന്നകന്നു.

***

സൈറണുകൾ നിശ്ശബ്ദമായിരിക്കുന്നു. പൊലീസുവാഹനത്തിന്റെ ഫ്ലാഷ്‌ലൈറ്റുകൾ അല്പം അകലേയായ് മിന്നിത്തിളങ്ങുന്നതു കാണാം. ഫോണെടുത്ത് സദനത്തിലേക്കു വിളിച്ചു.

അത്രനേരവും ഇല്ലാതിരുന്ന ഒരു അസ്വസ്ഥത പെട്ടെന്നു പൊതിഞ്ഞുമൂടുന്നതുപോലെ ഒരു തോന്നൽ. എന്തോ ഒരു വല്ലായ്മ.

മാനേജരെയാണ് ഫോണിൽ കിട്ടിയത്. ചിലപ്പോഴൊക്കെ അവർ അതിരാവിലെതന്നെ എത്തിച്ചേരാറുണ്ട്.

[illegible]ൽപ്പെട്ടിരിക്കുന്ന കാര്യം അവൾ ചുരുക്കിപ്പറഞ്ഞു.

“ഓഹ്! മൈ ഗോഡ്!” അവർ നിലവിളിച്ചു.

അവൾ അന്ധാളിച്ചുപോയി. അവർ പെട്ടെന്നൊന്നും വികാരത്തിനു കീഴ്പ്പെടുന്ന സ്ത്രീയല്ല.

“എന്തെങ്കിലും കുഴപ്പം, നാദിയാ?”

ഉത്കണ്ഠയോടുള്ള ചോദ്യത്തിന്, അവർ വിറയലോടെ മറുപടി പറഞ്ഞു:

“റോബർട്ട് എങ്ങനെയോ സദനത്തിനു പുറത്തുകടന്നുപോയി. അയാളെ എങ്ങും കാണാനില്ല.”

അവളുടെ ഉള്ളിൽ ഒരു കൊള്ളിയാൻ മിന്നി.

കാറിന്റെ ഡോർ തുറന്ന് അവൾ പുറത്തേക്കു പാഞ്ഞു. മുമ്പിലും പിമ്പിലും കിടക്കുന്ന വാഹനങ്ങളെക്കുറിച്ച് ആ നിമിഷം അവൾ ഓർത്തതേയില്ല. അപകടംനടന്ന സ്ഥലത്ത് എത്തുന്നതിനുമുമ്പേ സൈറൺ മുഴക്കി ആംബുലൻസ് നീങ്ങുവാൻ തുടങ്ങിയിരുന്നു. റോഡിൽ ചുടുരക്തത്തിന്റെ ചാലുകൾ.

അടുത്തുകണ്ട പോലീസുകാരനോട് അവൾ അപകടംപറ്റിയ ആളെക്കുറിച്ചു ചോദിച്ചു. റോഡ് മുറിച്ചുകടന്ന ഒരു സ്ത്രീയാണെന്നുമാത്രം അയാൾ പറഞ്ഞു.

തിരിയേ കാറിന്റെ അടുക്കലേക്ക് ഓടുമ്പോൾ, അവൾ മാനേജരുടെ നമ്പറിലേക്കു വിളിച്ചു. ഫോൺ അറ്റൻഡുചെയ്ത അവർ റോബർട്ടിനെ തൊട്ടടുത്ത തെരുവിൽനിന്നു പൊലീസ് കണ്ടെത്തിയ കാര്യം പറഞ്ഞു. അയാൾ എങ്ങനെ പുറത്തുപോയി എന്നവർ ആശ്വാസത്തോടെ ആശ്ചര്യപ്പെടുമ്പോൾ, "ട്രാഫിക് നീങ്ങുവാൻ കുറച്ചുകൂടെ സമയം എടുത്തേക്കും" എന്നുമാത്രം അവൾ പറഞ്ഞു.

കാറിൽ തെർമൽക്കപ്പിൽ ചൂടുകാപ്പിയുണ്ട്. അതൊരിറക്കു കുടിക്കണം. അതുമാത്രമായിരുന്നു അപ്പോഴത്തെ അവളുടെ ചിന്ത.

ഇടം

പ്രഭാതത്തിൽ, പൂന്തോട്ടത്തിൽ വച്ചുപിടിപ്പിച്ചിരിക്കുന്ന റോസുകൾക്കും കുറിയയിനത്തിൽപ്പെട്ട ഫലവൃക്ഷങ്ങൾക്കും അരികിലൂടെ അല്പനേരം നടക്കുകയും അവയുടെ ആരോഗ്യത്തെയും വളർച്ചയെയും പരിശോധിക്കുകയും കൂട്ടിൽ വളർത്തുപക്ഷികൾക്കു തീറ്റ കൊടുക്കുകയുംചെയ്യുന്നതാണ് അയാളുടെ ദിനചര്യയുടെ തുടക്കം. തണുത്ത വായുവിലൂടെ അരിച്ചുവരുന്ന സൂര്യകിരണങ്ങൾ പകരുന്ന ഉന്മേഷവും പൂത്തും തഴച്ചുംനില്ക്കുന്ന ചെടികളും വൃക്ഷങ്ങളും നല്കുന്ന പ്രസരിപ്പും ഒന്നു വേറേതന്നെയാണ്. ഇന്നു നേരം നന്നേ പുലർന്നിട്ടും ബെഡ്ഡിൽനിന്ന് എഴുന്നേല്ക്കാൻകൂട്ടാക്കാതെ അയാൾ വെറുതേ പുറത്തേക്കു നോക്കിക്കിടന്നു.

ജലധാരയിൽനിന്ന് ഇടയ്ക്കിടെ തൂകുന്ന വെള്ളത്തിന്റെ നേരിയ മർമ്മരവും പക്ഷിക്കൂട്ടിൽനിന്നു കേൾക്കുന്ന തോരാത്ത കലപിലശബ്ദവും അലട്ടിക്കൊണ്ടിരിക്കുന്ന മനസ്സിന്റെ വല്ലായ്മയിൽ, അയാളുടെ ശ്രദ്ധയിൽ പതിയുന്നുണ്ടായിരുന്നില്ല. എവിടെയൊക്കെയോ കണക്കുകൂട്ടലുകൾ പിഴയ്ക്കുന്നു എന്ന സന്ദേഹം. വെറും തോന്നലാണെന്ന് ആശ്വസിക്കാൻ ശ്രമിക്കുമ്പോഴും തീർത്തും കഴിയാത്തതുപോലേ. ഇന്നലത്തെ സംഭവം യാദൃച്ഛികമായ ഒന്നായിരുന്നില്ല. നിസ്സാരമെന്നു കേൾക്കുന്നവർക്കു തോന്നാം. പക്ഷേ, അതു പലതിന്റെയും തുടർച്ചയും പ്രതിഫലനങ്ങളുമായിരുന്നു എന്നയാൾക്കുറപ്പുണ്ട്.

തലേദിവസത്തെ കാര്യങ്ങൾ മനസ്സിൽ വീണ്ടും തികട്ടിവന്നു. എന്തൊക്കെയാണ് കുട്ടി കാട്ടിക്കൂട്ടിയത്! അനുജത്തിയുടെ മുറിയിലേക്കു

ബെഡ്സ് മാറ്റി, കുട്ടിച്ചേർത്തിട്ടപ്പോൾ അവൾ ഇത്രയും പുകിലുണ്ടാക്കുമെന്നു കരുതിയില്ല. ആ മുറിയുടെ സ്വകാര്യത അവൾ അത്രമാത്രം ഇഷ്ടപ്പെട്ടിരുന്നു എന്നതിനേക്കാൾ, ആ സ്വകാര്യതയിൽ ആരും കാണാതെ ഐ-പാഡിൽ ഗെയിം കളിക്കുവാൻ ഉണ്ടായിരുന്ന അവസരം നഷ്ടപ്പെട്ടതായിരുന്നു നാടകീയപ്രതിഷേധങ്ങളുടെ പിന്നിലെ പ്രധാന കാരണം. ഐ-പാഡുവഴിയുള്ള പഠനരീതി സ്കൂളിൽ നടപ്പിലാക്കിയ നാൾമുതൽ മകളുടെ പെരുമാറ്റരീതികളിൽ വ്യത്യാസം കാണുവാൻ തുടങ്ങിയിരുന്നു. ചിരിച്ചുകളിച്ച് എപ്പോഴും ഉല്ലാസവതിയായിരുന്ന മകൾ, കണ്ണുതെറ്റുമ്പോഴൊക്കെ ഐ-പാഡുമായ് മുറിയുടെ മൂലയിൽ പതുങ്ങിയിരുന്നു. നിർബ്ബന്ധമായ് മാറ്റിവയ്ക്കുമ്പോഴൊക്കെ അവൾ അനിഷ്ടം ചേഷ്ടകളിലൂടെയും വാക്കുകളിലൂടെയും പ്രകടിപ്പിക്കുവാൻ തുടങ്ങി. വീടു കഴിഞ്ഞാൽ ഇത്തിരിമാത്രം ഇടമുള്ള തൊടിയിലേക്കുപോലും ഇറങ്ങാനോ കളിക്കാനോ മടിയായി. പെട്ടെന്നുള്ള കോപം; തർക്കുത്തരം; അകാരണമായ കരച്ചിൽ; രാത്രിയിൽ തനിയേ കിടക്കാൻ പേടി; പഠനത്തോടുള്ള താൽപര്യക്കുറവ്; ആത്മവിശ്വാസമില്ലായ്മ; എന്തിന്, നല്ല അടുക്കും ചിട്ടയും ശീലമായുണ്ടായിരുന്ന മകളുടെ മുറിയിൽ എല്ലാം ചിതറിക്കിടക്കുന്ന അവസ്ഥയാണിപ്പോൾ.

അങ്ങനെയാണ് രണ്ടുവയസ്സിനുമാത്രം ഇളപ്പമുള്ള അനുജത്തിയുടെ മുറിയിലേക്കു ബെഡ്സ് മാറ്റിയിട്ടത്. മുതിർന്നുവരുന്ന കുഞ്ഞുങ്ങളല്ലേ, തനിയേ കിടന്നുശീലിക്കട്ടെ എന്നു ചിന്തിച്ചായിരുന്നു പ്രത്യേകം മുറികൾ കുട്ടികൾക്ക് ഒരുക്കിക്കൊടുത്തത്. അതു തെറ്റായ തീരുമാനമായിരുന്നെന്നയാൾക്ക് ഇപ്പോൾ തോന്നുണ്ട്. അല്പംകൂടെ മുതിർന്നിട്ടു മതിയായിരുന്നു ഇത്തരം സൗകര്യങ്ങൾ ഒരുക്കിക്കൊടുക്കൽ. കുട്ടികൾ അവരവരുടേതായ സ്വകാര്യലോകത്തേക്ക് ഒതുങ്ങിക്കൂടുന്ന അവസ്ഥ മുൻകൂട്ടി കാണാൻ കഴിഞ്ഞില്ല. അവിടെയാണ് തെറ്റുപറ്റിയത്. ഇലക്ട്രോണിക്പ്പഠനോപാധികളുടെ സ്വാധീനം, ഇടകലർന്നുജീവിക്കാനുള്ള അവരുടെ താൽപര്യത്തെ എത്രകണ്ടു ശുഷ്കിപ്പിച്ചുകളയുന്നുവെന്ന് സ്കൂളധികൃതർ മനസ്സിലാക്കുന്നുമില്ല. കൊച്ചുകുട്ടികളുടെ മനസ്സിനെ പെട്ടെന്നു കീഴടക്കി, അടിമപ്പെടുത്തുന്ന സ്വാധീനം ഈ ഇ-ഉപകരണങ്ങൾക്കുണ്ട്. മനസ്സിനെ ത്രസിപ്പിക്കുന്ന അനന്തമായ കളികളും കാർട്ടൂണുകളും. ഒന്നിൽനിന്നു മറ്റൊന്നിലേക്കു പോകാൻ പ്രേരിപ്പിക്കുംവിധം പ്രലോഭനകരമാണ് ഒരോ പ്രോഗ്രാമും. അതു മനസ്സിനെമാത്രമല്ല ശരീരത്തെയും ബാധിക്കുന്നുണ്ട്. അടുത്തിടെയാണ് കണ്ണ് ടെസ്റ്റുചെയ്ത് കണ്ണട വച്ചത്. ഇങ്ങനെ പോയാൽ..?

ഇതൊക്കെത്തന്നെയായിരുന്നു അയാളെ അലട്ടിക്കൊണ്ടിരുന്ന ചിന്തകൾ.

***

തലേന്നു പതിവുപോലേ നാട്ടിലുള്ള അമ്മയോടു സംസാരിക്കുമ്പോൾ അയാളുടെ സ്വരത്തിൽ ഒട്ടും ഉത്സാഹമുണ്ടായിരുന്നില്ല. അമ്മയുടെ കണ്ണിൽനിന്നോ കാതിൽനിന്നോ ഒന്നും മറച്ചുപിടിക്കാൻ സാദ്ധ്യവുമല്ല.

"എന്താ നിനക്കൊരു വയ്യായ്കപോലേ?" അമ്മ ചോദിച്ചു.

"ഏയ് ഒന്നുമില്ല."

എഴുപതു വയസ്സിന്റെ ക്ഷീണത്തെക്കാൾ അമ്മയുടെ താളംതെറ്റിയ ഹൃദയത്തിന്റെ കിതപ്പുകൾ കേട്ടപ്പോൾ, മനഃപൂർവ്വമായ് പുഞ്ചിരിയുടെ മുഖംമൂടി എടുത്തണിയാനാണ് അപ്പോൾ ശ്രമിച്ചത്. ഒറ്റമുറിയും വരാന്തയും അടുക്കളയുംമാത്രമുള്ള വാടകവീട്ടിൽ, ചേർത്തിട്ട ചൂരൽ മെടഞ്ഞ കട്ടിലുകളിൽ അഞ്ചുപേർ - അപ്പനും അമ്മയും മൂന്നു കുട്ടികളും കിടന്നുറങ്ങിയ നാളുകൾ ഓർമ്മയിൽ ഓടിയെത്തി.

"അമ്മ ഓർക്കുന്നുണ്ടോ, നമ്മുടെ പണ്ടത്തെ ഒറ്റമുറിവാടകവീട്?"

പെട്ടെന്നുള്ള ചോദ്യം, അമ്മയുടെ മുഖത്ത് ഒരു ചിരി വിടർത്തിയിരുന്നു.

"അതു കൊള്ളാം. ആ വീട്ടിൽ നിനക്കു പതിനൊന്നു വയസ്സാകുന്നതുവരെ നമ്മൾ താമസിച്ചില്ലേ? അതു നീ മറന്നുപോയോ?"

"ഏയ് മറന്നിട്ടല്ല. വെറുതേ ഓർത്തപ്പോൾ ചോദിച്ചതാണ്."

"അന്നു നമ്മൾ കിടന്നിരുന്ന ആ കട്ടിലുകളുടെ ചൂരലുകൾ മാറ്റി പലക അടിക്കണ്ടായിരുന്നു എന്ന് എനിക്കിപ്പോൾ തോന്നണു."

അമ്മ സാധാരണയിൽനിന്നു വ്യത്യസ്തമായ്, പല്ലുകൾ പുറത്തുകാണത്തക്കവിധം ചിരിച്ചു.

"അതെങ്ങനെ പറ്റുമായിരുന്നെടാ? അതിന്റെ ചൂരലുകൾ പൊട്ടിത്തുടങ്ങിയിരുന്നല്ലോ? കാൽഭാഗത്തുള്ള ഒരു തുളയിലൂടെ നിന്റെ ഏട്ടൻ ഉറക്കത്തിൽ നിരങ്ങിപ്പോയി, ഒരിക്കൽ തറയിലേക്കു വീഴുകപോലുമുണ്ടായി. അന്നതൊക്കെ മാറ്റിക്കെട്ടിക്കാൻ ബുദ്ധിമുട്ടുണ്ടായിരുന്നു. പിന്നീടു പുതിയ വീടുവച്ചു മാറിയപ്പോഴല്ലേ കട്ടിലുകളുടെ ചൂരൽ ചെത്തിക്കളഞ്ഞ്, പ്ലാവിൻപലക അടിച്ചത്? ങ്ഹാ! അത് അങ്ങനെയൊരു കാലം."

തടം കറുത്ത കണ്ണുകളിൽ ഗതകാലസ്മരണകളുടെ മിന്നലാട്ടത്തിന്നൊപ്പം ആശ്വാസത്തിന്റെ ദീർഘനിശ്വാസവും അയാൾ കണ്ടു.

"കിതപ്പുണ്ടല്ലോ! ശ്വാസം മുട്ടുന്നുണ്ടോ?"

"ഏയ്! കുറച്ച് വർത്തമാനം പറയുമ്പോൾ ഒരു കിതപ്പ്. അതു പതിവാണ്."

"അല്ലാ! എന്ത്യേ നീ ഇപ്പോ ഇങ്ങനെയൊക്കെ ചോദിക്കാൻ?"

എങ്ങനെയാണ് മൂന്നു മക്കളോടൊപ്പം അപ്പനും അമ്മയും ചേർത്തിട്ട ആ ചെറിയ കട്ടിലുകളിൽ വർഷങ്ങൾ ഒന്നിച്ചുകിടന്നിരുന്നത് എന്നതായിരുന്നു അപ്പോഴും അയാളുടെ ചിന്തയും ആശ്ചര്യവും.

"ഏയ്, വെറുതേ ഓർത്തുപോയി." അയാൾ പറഞ്ഞൊഴിഞ്ഞു.

"അതു വെറുതേ. എനിക്കറിയില്ലേ നിന്നെ?"

"ഇല്ലെന്നേ.."

അങ്ങനെ പറഞ്ഞെങ്കിലും അയാൾ ആലോചനയോടെ പറഞ്ഞു:

"അമ്മേ, ഞാൻ വിചാരിക്കുകയായിരുന്നു, അർദ്ധോക്തിയിൽ ഒന്നു നിറുത്തി. വീണ്ടും തുടർന്നു:

"കുട്ടികളെ രണ്ടുപേരെയും കുറച്ചു നാൾ അമ്മയുടെ അടുക്കലേക്കയച്ചാലോ എന്ന്. അവർ നാട്ടിലെ രീതികളും കുറച്ചു പഠിക്കട്ടെ."

അമ്മയുടെ മുഖത്ത് ആഹ്ളാദത്തിന്റെ തുടിപ്പ് നിലാവു പരത്തി. മൂന്നു മക്കളുണ്ടെങ്കിലും മൂന്നും മൂന്നു രാജ്യങ്ങളിലാണ്. കൊച്ചുമക്കളുടെ കലപിലകൾ കേട്ടും അവരെ കൊഞ്ചിച്ചും കഥപറഞ്ഞും നേരംപോക്കേണ്ട നാളുകൾ. എല്ലാ മക്കളുടെകൂടെയും അമ്മ താമസിച്ചിട്ടുണ്ട്. പക്ഷേ, സ്ഥിരതാമസത്തിനു നാടുമാത്രമേ പറ്റൂ.

രണ്ടു നിമിഷം ആലോചിക്കാതെ അമ്മ ഒരു കാര്യത്തിനും മറുപടി പറയില്ല. അല്പനിമിഷങ്ങളുടെ ആലോചനക്കുശേഷം മറുപടി വന്നു.

"അതെങ്ങനെ ശരിയാവാനാടാ? അവർ നിങ്ങടെ അടുക്കൽത്തന്നെയല്ലേ വളരേണ്ടത്? മാത്രമല്ല, അവിടുത്തെ സൗകര്യങ്ങൾ അനുഭവിച്ചുവളർന്ന കുട്ടികൾക്ക് ഇവിടെ കരയിലിട്ട മീനിന്റെ അവസ്ഥയായിരിക്കും."

അതിയായ ഒരു മോഹത്തെ ശാസിച്ചമർത്തിയതിന്റെ ക്ഷീണമുണ്ടായിരുന്നു അമ്മയുടെ ശബ്ദത്തിന്.

അപ്പൻ അകാലത്തിൽ മരിച്ചപ്പോൾ കുട്ടികളെ തങ്ങളെ ഏല്പിച്ച് വീണ്ടുമൊരു വിവാഹത്തിനു തയ്യാറാവാൻ വല്യപ്പച്ചൻ എത്ര നിർബ്ബന്ധിച്ചിട്ടും തയ്യാറാവാത്ത അമ്മയാണ്. തയ്യൽമെഷീനിന്റെ ചക്രങ്ങൾ

തിരിയുന്ന താളം ജീവിതത്തിന്റെ താളമായ് മാറിയപ്പോഴും ഹൃദയത്തിന്റെ താളം ക്രമംതെറ്റി മിടിക്കുവാൻ തുടങ്ങിയപ്പോഴും അമ്മ മക്കൾ ഓരോരുത്തരെയും ചേർത്തുപിടിച്ച് മുന്നോട്ടു നടക്കുകയായിരുന്നു.

ഒരു തോന്നലിന് അങ്ങനെ പറഞ്ഞെങ്കിലും അയാൾക്കും കുട്ടികളെ രണ്ടു ദിവസം കാണാതിരിക്കാൻ പറ്റില്ലായിരുന്നു.

"നല്ല കിതപ്പുണ്ട്. മരുന്നുകൾ കൃത്യമായ് കഴിക്കാൻ മറക്കണ്ടാ."

അയാൾ ഓർമ്മിപ്പിച്ചു.

അമ്മ തലയാട്ടി.

ഫോൺ വയ്ക്കുന്നതിനുമുമ്പ് പിന്നെയും എന്തൊക്കെയോ നാട്ടുവിശേഷങ്ങൾ അമ്മ പറഞ്ഞുകൊണ്ടിരുന്നു.

ഇടകലരാനുള്ള കഴിവു നഷ്ടപ്പെട്ട്, റോബോട്ടുകളെപോലേ പെരുമാറുന്ന ഒരു തലമുറയെക്കുറിച്ചുള്ള ചിന്ത അലോസരപ്പെടുത്തിയപ്പോൾ, അയാൾ ബെഡ്ഡിൽനിന്നെഴുന്നേറ്റ് ചെടികൾക്കു വെള്ളം തൂകാനായ് ഗാർഡനിലേക്കു നടന്നു.

കായ്ഫലം ചുമക്കാനാവാതെ, താങ്ങിന്റെ ബലത്തിൽ കുനിനില്ക്കുന്ന, ഹൈബ്രിഡ്മാവിൻചുവട്ടിൽ വെള്ളമൊഴിച്ചുകൊണ്ടിരിക്കുമ്പോൾ, യാദൃച്ഛികമായിട്ടാണ് ജനൽച്ചില്ലിൽ തന്റെ പ്രതിരൂപത്തെയും അതിന്റെ പിന്നിൽ കുഞ്ഞുങ്ങളോടൊപ്പം ചെറിയ മരക്കൊമ്പിൽ ഒന്നിച്ചിരുന്ന് തൂവലുകൾ മിനുക്കുന്ന ബഡ്ജികുടുംബത്തെയും അയാൾ കണ്ടത്. പെട്ടെന്നുതന്നെ മുഖം തിരിച്ച്, അയാൾ ഒന്നിച്ചിരിക്കുന്ന പക്ഷിക്കുടുംബത്തെ നോക്കി. അതുവരെ ചൂണ്ടലിൽ കുരുങ്ങിയ മത്സ്യത്തെപ്പോലെ പിടഞ്ഞുകൊണ്ടിരുന്ന ചോദ്യങ്ങൾക്ക് തീർച്ചയുള്ള ഒരു ഉത്തരം ലഭിച്ചതായ് അയാൾക്കു തോന്നി.

ഹോംസ്റ്റേ

പ്രധാനറോഡിൽനിന്ന് ഏകദേശം അമ്പതു മീറ്റർ വലതുവശത്തായ് വലിയൊരു വീടും അതിനോടുചേർന്ന് വലിയൊരു ഷെഡ്ഡും, അതായിരുന്നു മാർത്തയുടെ ഹോംസ്റ്റേ. ഇടതുവശത്തുള്ള മറ്റൊരു വീടിന്റെ വിശാലമായ മുറ്റത്തുനിന്നിരുന്ന വലിയ മാവിൽനിന്നു പഴുത്ത മാങ്ങകൾ പൊതുനിരത്തിൽ വീണു പൊട്ടിച്ചിതറിക്കിടന്നിരുന്നു. വെട്ടിയൊതുക്കിയ വില്ലിനില്ലിച്ചെടികൾ കോൺക്രീറ്റുഡ്രൈവ്‌വേയുടെ ഇരുവശങ്ങളിലും ഭംഗിയോടെ നിരന്നുനിന്നു. മുറ്റത്തെത്തി വണ്ടി പാർക്കുചെയ്യുമ്പോൾ, മുൻവശത്തെ വലിയ കൊരിന്ത്യൻവാതിൽ തുറന്നുകൊണ്ടു ഞങ്ങളെ പ്രതീക്ഷിച്ചുവെന്നമട്ടിൽ നിന്നിരുന്ന മാർത്ത പ്രത്യക്ഷപ്പെട്ടു. മുഖത്തെ പുഞ്ചിരിയിൽ ആശങ്കയുടെ ലാഞ്ചനയുണ്ട്. ഡബിൾബുക്കിങ്ങും മേൽവിലാസവും ഏറ്റവും അവസാനം ഫോൺവിളിയുമുണ്ടാക്കിയ പൊല്ലാപ്പുകളുടെ പ്രതികരണം മുറ്റത്തുനില്ക്കുന്നവരുടെ മുഖങ്ങളിൽനിന്നു വായിച്ചെടുക്കാനുള്ള സൂക്ഷ്മശ്രമം വ്യക്തമാണ്.

എന്റെ ഉള്ളിലെ നീരസം കുറച്ചൊക്കെ മുഖത്ത് പ്രകടമായിരുന്നു.

പുഞ്ചിരിക്കാനുള്ള ഒരു ശ്രമം മാർത്തയുടെ ഭാഗത്തുനിന്നുണ്ടായി.

“ഒന്നും മനഃപൂർവ്വമായിരുന്നില്ല. എന്റെ മറയത്തരം. പിന്നെ, കംപ്യൂട്ടറിലുള്ള പരിജ്ഞാനക്കുറവും. ആ അഡ്രസ്സ് എനിക്കറിയില്ല, അതെങ്ങനെ മിസ്സായെന്നും.”

“പിന്നെ, നിങ്ങൾ ഇന്നു വിളിച്ചപ്പോൾ ഞാൻ താഴേ ഫാമിലായിരുന്നു. ഫോൺ എടുക്കാൻ മറന്നുപോയി. അതുകൊണ്ടാണ് പ്രതികരിക്കാനും പറ്റാതെപോയത്.”

മാർത്ത കുറ്റങ്ങൾ സ്വയം ഏറ്റെടുക്കുകയായിരുന്നു.

“അതു സാരമില്ല. അവസാനം ഞങ്ങൾ ഇവിടെത്തന്നെ എത്തിച്ചേർന്നല്ലോ.” മാർത്തയുടെ പരുങ്ങലിൽ സഹതാപം തോന്നിയ ഡോളി പ്രസന്നതയോടെ പറഞ്ഞു.

“ഞങ്ങളുടെ ഭാഗത്തുനിന്ന് ശ്രദ്ധക്കുറവുണ്ടായല്ലോ.”

ഡോളിയുടെ സാന്ദർഭികമായ ഇടപെടൽ ഞങ്ങളുടെയിടയിൽ നുഴഞ്ഞുകയറിയ പിരിമുറുക്കത്തെ ലഘൂകരിക്കാൻ സഹായിച്ചു. അവരുടെ മുഖഭാവം കണ്ടപ്പോൾ എന്തെങ്കിലും സൗഹൃദപരമായ് പറയണമെന്നു തോന്നിയെങ്കിലും ഞാൻ ഒന്നും പറഞ്ഞില്ല.

***

മാർത്ത, ഒത്തനീളവും ശരീരവുമുള്ള, അൻപതുകൾ പിന്നിട്ട ഒരു സ്ത്രീയായിരുന്നു. നരകയറിത്തുടങ്ങിയ അവരുടെ മുടി ഉച്ചിയിൽ ബണ്ണിന്റെയാകൃതിയിൽ കെട്ടിവച്ചിരുന്നു. ശൂന്യമായ കഴുത്തും കാതുകളും അവർ ഒരു ‘ബോൺ എഗൈൻ’ ക്രിസ്ത്യനല്ലേ എന്ന സംശയം എന്നിൽ ജനിപ്പിക്കാതിരുന്നില്ല. മുട്ടിനു താഴേവരെ എത്തുന്ന അയഞ്ഞ കുർത്ത പോലുള്ള വേഷം സൺഷൈൻകോസ്റ്റിലെ അപ്പോഴത്തെ വേനൽക്കാലാവസ്ഥയ്ക്ക് ഏറ്റവും അനുയോജ്യമായിരുന്നുവെങ്കിലും ചെഞ്ചായം പുരട്ടിയനിറമുള്ള വട്ടമുഖത്തെ വടിവൊത്ത നാസികയിൽ വിയർപ്പുകണങ്ങൾ ഞവണിക്കമുട്ടകളെപ്പോലേ കൂട്ടംകൂടി, പറ്റിപ്പിടിച്ചിരുന്നു. ചരടുകെട്ടിയ കണ്ണട, നെറ്റിയിലേക്ക് ഉയർത്തിവച്ച് അവർ വിയർപ്പ് തുടച്ചുകറ്റുമ്പോൾ, ഞാൻ പരിസരമാകെ വീക്ഷിക്കുകയായിരുന്നു.

***

ഹോംസ്റ്റേ ബുക്കുചെയ്തിരുന്നത് എട്ടാംതീയതിയിലേക്കായിരുന്നു. മൂന്നു ദിവസം അവിടെ താമസിക്കാൻ വന്ന മറ്റൊരു കുടുംബം ഒഴിവാകുന്നത് ഒൻപതാംതീയതി രാവിലെയും. എല്ലാം മുൻകൂട്ടി പ്ലാൻചെയ്തു കഴിഞ്ഞിരുന്നു. പിന്നീടു മാർത്ത വിളിച്ച് ഡബിൾബുക്കിങ്ങിന്റെ കാര്യം പറഞ്ഞപ്പോൾ, കടുത്ത നീരസം തോന്നി. അവസാനനിമിഷം മറ്റൊരു സ്ഥലം കണ്ടെത്തുക എളുപ്പമായിരുന്നില്ല. നിവൃത്തിയില്ലാതെ യാത്ര, ഒരു ദിവസംകൂടെ മുന്നോട്ടു നീട്ടിവയ്ക്കേണ്ടിവന്നു. പ്രതിസന്ധി നേരിട്ടത് അപ്പോഴല്ല, റീബുക്കുചെയ്ത ദിവസം ഉച്ചതിരിഞ്ഞാണ് ചെക്ക് ഇൻ ചെയ്യേണ്ടിയിരുന്നത്. പകൽയാത്രകളുടേ ഒടുവിൽ ഇ-മെയിലിൽ ഹോംസ്റ്റേയുടെ മേൽവിലാസം തപ്പിയപ്പോൾ എവിടെയും കാണുന്നില്ല.

ഓൺലൈൻ ബുക്കിംഗ് ചെയ്തത് ഡോളിയായിരുന്നു. തിരക്കുകൾക്കിടയിൽ ബുക്കിംഗ് ഉറപ്പായോ എന്നുമാത്രമേ അവൾ നോക്കിയുള്ളൂ. സ്വാഭാവികമായ് മെയിലിൽ അഡ്രസ്സ് എവിടെയെങ്കിലും കാണേണ്ടതാണ്. പക്ഷേ, ഒരിടത്തുമില്ല. ഫോൺ വിളിച്ചിട്ട് എടുക്കുന്നുമില്ല. സ്ഥലം എവിടെയാണെന്ന് ഏകദേശരൂപമുണ്ടെന്നല്ലാതെ, കൃത്യമായ് അറിയില്ല.

കുറ്റം അവരുടേതുമാത്രമായിരുന്നില്ല. മേൽവിലാസം നേരത്തേ പരിശോധിച്ച് ഉറപ്പുവരുത്തേണ്ടതായിരുന്നു. തൽക്കാലം ഒറ്റ വഴിയേ മുന്നിലുള്ളൂ. അടുത്തുള്ള ഏതെങ്കിലും റെസ്റ്റൊറന്റിൽ കയറി ഡിന്നർ നേരത്തേ കഴിക്കുക. അതിഥികളെ കാണാതാകുമ്പോൾ മാർത്ത തിരിച്ചുവിളിക്കാൻ കാത്തിരിക്കുക. കണക്കുകൂട്ടലുകൾ തെറ്റാതിരുന്നതു ഭാഗ്യമായി. അങ്ങനെയാണ് ഇപ്പോൾ ഇവിടെ എത്തിച്ചേർന്നത്. ഏറ്റവും രസകരമായ കാര്യം, ഞങ്ങൾ ഭക്ഷണം കഴിക്കാൻ കയറിയ സ്ഥലം മാർത്തയുടെ ഹോംസ്റ്റേയിൽനിന്ന് അരക്കിലോമീറ്റർമാത്രം അകലേയായിരുന്നു എന്നതാണ്.

***

വലിയ വീടിന്റെ ഒരു ഭാഗമായിരുന്നു ഹോംസ്റ്റേക്കുവേണ്ടി നീക്കിവച്ചിരുന്നത്. ഒരു സെമി ഡിറ്റാച്ച്ഡ്ഹൌസ് എന്നു വേണമെങ്കിൽ പറയാം. വീടിന്റെ പകുതിഭാഗത്തായിരുന്നു മാർത്തയും കുടുംബവും താമസിച്ചിരുന്നത്. സന്ദർശകരിൽ പോയകാലസ്മരണകളെ ഉണർത്തികൊണ്ട്, പഴയകാലത്തെ ഫാംയന്ത്രങ്ങൾ യാർഡിൽ അവിടവിടെ അലങ്കാരവസ്തുക്കളായ് സ്ഥാനംപിടിച്ചിട്ടുണ്ടായിരുന്നു. നീണ്ട ഡ്രൈവ്‌വേയുടെ ഇരുവശങ്ങളിലുമായ് നട്ടുപിടിപ്പിച്ചിരിന്ന വില്ലിനില്ലിപ്പൂക്കളുടെ സുഗന്ധവും മാമ്പഴങ്ങളുടെ ഇളംവാസനയും കാറ്റിൽ ഇടകലർന്ന് അലസമായ് അലഞ്ഞുനടന്നിരുന്നു.

ഞങ്ങൾക്കു താമസിക്കാനുള്ള ഭാഗത്തേക്കുള്ള പ്രവേശനം ഗാരേജിനുള്ളിലൂടെ ആയിരുന്നതിനാൽ ഷട്ടർ ഉയർത്തുവാനുള്ള റിമോട്ട്കൺട്രോൾ മാർത്ത കൈമാറി. അകത്തുകയറിയപ്പോഴാണ് മനസ്സിലായത്, പുറത്തുനിന്നപ്പോൾ കരുതിയതിനെക്കാൾ വിശാലവും ഭംഗിയുമുള്ള ഒരിടമായിരുന്നു അതെന്ന്. പിന്നിലെ ഫാമിലിയേരിയയിൽനിന്ന് ഇറങ്ങിച്ചെല്ലുന്നതു വിസ്താരമേറിയ ഒരു ഡെക്കിലേക്കായിരുന്നു. അവിടെനിന്നുള്ള കാഴ്ച മനോഹരമായിരുന്നു. സമനിരപ്പിൽ പരന്നുകിടക്കുന്ന വിശാലമായ പച്ചപുതച്ച പാഡക്കുകൾ.

മാർത്ത കൂടെനിന്ന് ലഘുവിവരണം നല്കിക്കൊണ്ടിരുന്നു.

“ദാ, മരക്കാലുകളിൽ കമ്പി കെട്ടിത്തിരിച്ച ഭൂമിയില്ലേ, അതാണ് ഞങ്ങളുടെ ചെറിയ അനിമൽഫാം. ദൂരേ പാഡക്കുകളുടെ അതിർത്തിയോടു ചേർന്നുകാണുന്ന വനത്തിന്റെ അതിരിലൂടെയാണ് മൂലൂലനദി ഒഴുകുന്നത്. വേനലിൽ വെള്ളം തീരേ കുറവാണ്. പക്ഷേ, മഴക്കാലങ്ങളിൽ കരകവിഞ്ഞ് പാഡക്കുകളിലേക്കു വെള്ളം കയറും. ഫാമിന്റെ അതിരുവരെ കഴിഞ്ഞ മഴക്കാലത്ത് വെള്ളം എത്തിയിരുന്നു.”

മാർത്തയുടെ വീടിന്റെ ഇരിപ്പിടം ചെറിയൊരു കുന്നിന്മുകളിലായിരുന്നു. അതുകൊണ്ട് അവിടേക്കു വെള്ളം കയറാനുള്ള സാദ്ധ്യത തീരേ കുറവാണെന്നു ഞാൻ മനസ്സിൽ കണക്കു കൂട്ടി.

വേനൽച്ചൂടിൽ വിയർപ്പുവീശി കിതപ്പോടെ ഒഴുകുന്ന മൂലൂലനദിയെ മാർത്തയുടെ വിവരണത്തിലൂടെ ഞാൻ മനസ്സിൽ കണ്ടു. ആ പേരിനോട് എനിക്കൊരിഷ്ടം തോന്നി.

പറ്റിയാൽ നദി പോയിക്കാണണമെന്നു കരുതുകയുംചെയ്തു. എന്റെയുള്ളിലെ നീരസമെല്ലാം അപ്പോഴേക്കും തീർത്തും പൊയ്പ്പോയിരുന്നു.

അല്പം കഴിഞ്ഞപ്പോൾ മാർത്ത സ്വന്തം യൂണിറ്റിലേക്കു പോയി, ഒരു ബൗളിൽ കുറച്ചു മുട്ടകളുമായ് മടങ്ങിയെത്തി. അവരുടെ ഫാമിലെ കോഴികൾ ഇട്ടതായിരുന്നു മുട്ടകൾ. എല്ലാം ചെറിയ മുട്ടകൾ. പക്ഷേ, അവയിൽ ഒന്നിനു നീലനിറമായിരുന്നു. അതിനു സ്വർഗ്ഗീയരുചിയുണ്ടെന്നു മാർത്ത പറഞ്ഞപ്പോൾ, ഞാൻ ആ നീലമുട്ടയിലേക്കു കൗതുകത്തോടെ നോക്കി. അത്തരമൊന്നു ഞാൻ ആദ്യമായ് കാണുകയായിരുന്നു. മാർത്തയുടെ സംസാരത്തിലും ഭാവങ്ങളിലും നിഴലിക്കുന്ന ശാന്തതയും സൗമ്യതയും എന്നെ അദ്ഭുതപ്പെടുത്തി. അല്പംകൂടെ കഴിഞ്ഞപ്പോൾ കുട്ടികൾക്കു താൽപര്യമുണ്ടെങ്കിൽ പിറ്റേദിവസം രാവിലെ ഫാമിലെ ചെറുമൃഗങ്ങൾക്കും പക്ഷികൾക്കും തീറ്റകൊടുക്കുമ്പോൾ അവരുടെകൂടെ കൂടാമെന്നു പറഞ്ഞ്, ശുഭരാത്രി നേർന്ന് മാർത്ത പോയി.

***

അതിരാവിലെ ഡെക്കിൽനിന്നുകൊണ്ടു ഞാൻ ചുറ്റും നോക്കി. പാഡക്കുകൾ പുകമഞ്ഞു പുതച്ച്, ഉറക്കംവിടാതെ കിടക്കുകയായിരുന്നു. മറ്റാരും ഉണർന്നിട്ടുണ്ടായിരുന്നില്ല. ഫാമിൽ വളർത്തുജീവികളും പക്ഷികളും പ്രഭാതത്തിരക്കിൽ കലപില കൂട്ടുന്നുണ്ടായിരുന്നു. താറാവുകളുടെയും വാത്തകളുടെയും പറപറശബ്ദം അന്തരീക്ഷത്തെ

മുഖരിതമാക്കി. ബഡ്ജികളുടെയും കാനറികളുടെയും നിറുത്താതെയുള്ള പാട്ടിന് കാട്ടുപക്ഷികൾ വായ്ത്താരി പാടി.

ദൂരേ, പുൽക്കുട്ടങ്ങൾക്കു നടുവിൽ ഇരുണ്ട പച്ചനിറമുള്ള മരത്തോടു ചേർന്നുനിന്നിരുന്ന തകരപാളികൾക്കൊണ്ടുണ്ടാക്കിയ ഷെഡ്ഡ്, മഞ്ഞിന്റെ മറനീക്കി ഇടയ്ക്കിടെ എന്നെ ഒളിഞ്ഞുനോക്കി. പ്രഭാതത്തിലെ കാഴ്ചകൾക്ക് പുതുമയും നാടകീയതയും ഏറെയുണ്ടെന്ന് എനിക്കു തോന്നി. ഉറക്കമുണരുന്ന ജീവജാലങ്ങൾ, ആലസ്യംവിട്ടുണരുന്ന ഭൂമിയും അന്തരീക്ഷവും. നിറമുള്ള വസ്ത്രങ്ങൾ മാറിമാറിച്ചുറ്റി, ഏതണിയണമെന്നു സന്ദേഹിക്കുന്ന ആകാശം. ഞാൻ ചുറ്റും നോക്കി. അർദ്ധവൃത്താകൃതിയിൽ വിശാലമായിക്കിടക്കുന്ന പാഡക്കുകൾ അവസാനിക്കുന്നിടത്ത് ഇരുണ്ട മരക്കൂട്ടങ്ങൾ തലയുയർത്തിനില്ക്കുന്നുണ്ട്. ശാന്തമായ അന്തരീക്ഷം.

ഡെക്കിലിട്ടിരുന്ന സ്ഫടികവട്ടമേശയുടെ പുറത്തുരുണ്ടുകൂടിയ മഞ്ഞുതുള്ളികളിൽ ചിലതിനെ ഞാൻ വിരൽത്തുമ്പുകൊണ്ടു ഞൊട്ടിത്തെറിപ്പിച്ച് രസിച്ചുകൊണ്ടിരുന്നു. ശാന്തവും മനോഹരവുമെങ്കിലും ആ പ്രഭാതാന്തരീക്ഷത്തിൽ ഒരു നിഗൂഢത പതുങ്ങിനില്ക്കുന്നുവെന്ന് എനിക്കു തോന്നലുണ്ടായി. ചില കാഴ്ചകൾ ചിലപ്പോഴൊക്കെ ഇത്തരമൊരു വിചിത്രവികാരത്തെ എന്നിൽ ഉണർത്താറുണ്ട്. അതു കണ്മുമ്പിൽ കാണിച്ചുതരുന്ന ചിത്രങ്ങൾക്കുപരിയായ് മറ്റെന്തൊക്കെയോ മുദ്രകൾ എന്റെ മനസ്സിൽ അവശേഷിപ്പിക്കും. പിന്നീടു വീണ്ടും ഇടയ്ക്കിടെ ചിന്തകളിൽ പ്രത്യക്ഷപ്പെടുകയും അമൂർത്തങ്ങളായ ആശയങ്ങൾപോലേ പിടിതരാതെ വഴുതി അകന്നുപോവുകയുംചെയ്യും. കാലങ്ങളോളം അത്തരം കാഴ്ചകൾ എന്റെ മനസ്സിൽനിന്നു മായുകയില്ല.

മാർത്തയെക്കുറിച്ചുള്ള ചിന്ത പെട്ടെന്നു മനസ്സിൽ കടന്നുവന്നു. ആ സ്ത്രീയിൽ അസാധാരണമായ, അലൗകികമായ എന്തോ ഒരു പ്രത്യേകത കളിയാടുന്നില്ലേ എന്നു ഞാൻ സംശയിച്ചു. എന്റെ ചിന്തകൾ ശരിവയ്ക്കുന്നവിധം പുൽപ്പാടങ്ങൾ താണ്ടിവന്ന കാറ്റ് ഉറക്കെ ചിരിച്ച്, സീൽക്കാരമുതിർത്തു കടന്നുപോയി. ദൂരേ, നിപുണയായ നർത്തകിയെപ്പോലേ താളത്തിൽ കറങ്ങി, പച്ചക്കറിപ്പാടങ്ങളെ നനയ്ക്കുന്ന സ്പ്രിംഗ്ളറുകളെ നോക്കി ഞാൻ വെറുതേ ചിന്തകളിൽ മുഴുകിനിന്നു. തൊട്ടടുത്ത യൂണിറ്റിന്റെ, ഡെക്കിൽനിന്നു താഴേക്കുള്ള പടികൾ ഇറങ്ങിവരുന്ന മാർത്തയുടെ പ്രഭാതവന്ദനവും തുടർച്ചോദ്യവും എന്നെ പെട്ടെന്നു ചിന്തകളിൽനിന്നുണർത്തി.

"കുട്ടികൾ ഉണർന്നില്ലല്ലേ?"

തൊട്ടുമുമ്പിൽ മാർത്തയെ കണ്ടപ്പോൾ ഞാൻ അദ്ഭുതത്തോടെ അവരെ നോക്കി .

"ഇല്ല. എല്ലാവരും നല്ല ഉറക്കമാണ്."

നന്നായ് പുഞ്ചിരിച്ചുകൊണ്ടു ഞാൻ പറഞ്ഞു.

"നല്ല ക്ഷീണം കാണും."

"അതേ."

ഞാൻ പ്രതിവചിച്ചു.

"ഇന്നലെ പകൽമുഴുവനും പലയിടങ്ങളിലായ് അലച്ചിലായിരുന്നല്ലോ."

മാർത്ത ഫാമിലേക്കു പോവുകയായിരുന്നു, മൃഗങ്ങൾക്കും പക്ഷികൾക്കും തീറ്റകൊടുക്കാൻ.

മുഖത്തു തട്ടിക്കളിക്കുന്ന ഇളംരശ്മികളുടെ കുസൃതിയെ കൈപ്പത്തികൊണ്ടു തട്ടിമാറ്റി, ഞാനും മാർത്തയോടൊപ്പം അവരുടെ സമ്മതത്തോടെ ഫാമിലേക്കു നടന്നു.

***

ഫാമിൽനിന്ന് അല്പം മാറി, പഴയ ഒരു റെയിൽവേകോച്ച് കിടന്നിരുന്നു. ഡെക്കിൽനിന്നു നോക്കുമ്പോൾ കാണുന്നവിധമായിരുന്നു അതിന്റെ സ്ഥാനം. അതിഥികളെ സന്തോഷിപ്പിക്കാനുള്ള ഒരു പുരാവസ്തു എന്നതിൽക്കവിഞ്ഞ് മറ്റെന്തെങ്കിലും പ്രത്യേകത അതിനുണ്ടാകുമെന്നു ഞാൻ കരുതിയിരുന്നില്ല. ഫാമിലേക്കു നടക്കുമ്പോൾ കോച്ചിന്റെ അടുക്കൽ നിന്ന് ഒരു മദ്ധ്യവയസ്കൻ തട്ടുമുട്ടുപണികൾ ചെയ്യുന്നുണ്ടായിരുന്നു. അയാൾ മാർത്തയുടെ ഭർത്താവ് എഡ്മണ്ട് ആയിരുന്നു. മെലിഞ്ഞ്, [illegible] അല്പം കുനിഞ്ഞ ഒരു മനുഷ്യൻ. മെലിഞ്ഞതെങ്കിലും അരോഗദൃഢമായ ശരീരമായിരുന്നു എഡ്മണ്ടിന്റേത്. കുട്ടുപുരികങ്ങൾക്കു താഴേ തീക്ഷ്ണതയുടെ അദൃശ്യകിരണങ്ങൾ പ്രസരിപ്പിക്കുന്ന കണ്ണുകൾ എടുത്തുപറയേണ്ട പ്രത്യേകതയുള്ളവയായിരുന്നു. വരയൻ ടിഷർട്ട് ജീൻസിനുള്ളിൽ ടക്കുചെയ്തിരുന്നു. ഒരു വട്ടത്തൊപ്പിയും അണിഞ്ഞിട്ടുണ്ടായിരുന്നു.

മാർത്ത, എഡ്മണ്ടിനെ പരിചയപ്പെടുത്തിയപ്പോൾ, അയാൾ ഒരു ഹലോ പറഞ്ഞു. ഞാൻ തിരിച്ചും. കൈകുലുക്കാൻ അയാൾ തുനിയാത്തതുകൊണ്ടു ഞാനും അതിനു മുതിർന്നില്ല. എങ്കിലും പരസ്പരം പുഞ്ചിരി കൈമാറാൻ ഞങ്ങൾ മറന്നില്ല.

ഇരുമ്പയിര് കുഴിച്ചെടുക്കുന്ന ഖനിയിലായിരുന്നു എഡ്മണ്ടിനു ജോലി. അയാൾ അവിടെ മെയ്ന്റനൻസ്മാനേജരായിരുന്നു. രണ്ടാഴ്ച യിലൊരിക്കൽ വീട്ടിൽ വരും. വന്നാൽപ്പിന്നെ ലേലത്തിൽ വാങ്ങിയ ഈ റെയിൽവേകോച്ചിലാണ് മുഴുവൻസമയവും. അതൊരു കോട്ടേജാക്കിമാറ്റാനുള്ള ശ്രമത്തിലായിരുന്നു എഡ്മണ്ട്. അതിന്റെ ഉൾവശം ഇതിനകംതന്നെ ആധുനികസൗകര്യമുള്ള താമസസ്ഥലമാക്കി മാറ്റി യിട്ടുണ്ടായിരുന്നു അയാൾ. അവസാനത്തെ ചെറിയ മിനുക്കുപണികൾ മാത്രമേ ഇനി അവശേഷിക്കുന്നുള്ളൂ. എഡ്മണ്ട് രാവിലെതന്നെ പണി ആരംഭിച്ചുകഴിഞ്ഞിരുന്നു.

വീടിന്റെ മുൻവശത്തുനിന്ന് കോച്ചിനടുത്തേക്കുള്ള വഴിയുടെ തുട ക്കത്തിൽ റെയിൽവേക്രോസിംഗ് എന്നെഴുതി, ഗുണനാകൃതിയിലുള്ള ചിഹ്നത്തോടുകൂടിയ ഒരു ചെറിയ ഗേറ്റ്. കൽച്ചീളുകൾക്കിടയിലൂടെ പുതുതായ് നിർമ്മിച്ച കോൺക്രീറ്റുസ്ലാബുകൾ നിരത്തിയ റെയിൽപ്പാ തപോലുള്ള വഴിയിലൂടെ കോട്ടേജിലേക്ക് എത്തിച്ചേരാൻപാകത്തിനു മനോഹരമായ ഒരു മാർഗ്ഗവും എഡ്മണ്ട് ഒരുക്കിയിരുന്നു. വഴിയുടെ വശത്തായ് പത്തൊൻപതാംനൂറ്റാണ്ടിന്റെ തുടക്കത്തിൽ ഇംഗ്ലണ്ടിൽ ഉപയോഗിച്ചിരുന്ന ഒരു ടെലിഫോൺബൂത്ത് തനിമയോടെ തലയുയർ ത്തി, സന്ദർശകരെ അടുത്തേക്കു മാടിവിളിച്ചുകൊണ്ടിരുന്നു. ഗൃഹാതുര ത്വത്തിന്റെ പാശം എഡ്മണ്ടിനെ ചുറ്റിവരിഞ്ഞിരിക്കുന്നു എന്നു മാർത്ത പറഞ്ഞപ്പോൾ അതിൽ അതിശയോക്തി ഒട്ടുംതന്നെയില്ലെന്നു ഞാൻ സമ്മതിച്ചു. മുൻവശത്തു കണ്ട പുരാതനഫാമുപകരണങ്ങളെക്കുറിച്ചു ഞാൻ സാന്ദർഭികമായ് ഓർത്തു. ഇണങ്ങിച്ചേർന്നതിനെ പൂർണ്ണമായ് പറിച്ചെറിയാൻ അത്ര എളുപ്പമല്ല. അവർ രണ്ടുപേരും ഇംഗ്ലണ്ടിലെ ഡെർബിഷെയറിൽനിന്നു വർഷങ്ങൾക്കുമുമ്പ് സിഡ്നിയിലേക്കു കുടി യേറിപ്പാർത്തവരായിരുന്നു.

എഡ്മണ്ടിന്റെ പണിയെ തടസ്സപ്പെടുത്തിയതിൽ ഞാൻ ഔപചാ രികമായ ഒരു ക്ഷമാപണംനടത്തി. അതിന്റെ ആത്മാർത്ഥതയില്ലായ്മ യെക്കുറിച്ചോർത്തപ്പോൾ മനുഷ്യൻ എത്ര കപടധാരിയാണെന്ന ചിന്ത അപ്പോൾത്തന്നെ എന്റെ മനസ്സിൽ തോന്നുകയുംചെയ്തു.

കോച്ചിന്റെ ഉൾവശം എന്നെ കാണിച്ചുതരാൻ എഡ്മണ്ടു തയ്യാറായി. വീണ്ടും ഫാമിലേക്കു നടപ്പ് തുടരുമ്പോൾ, സൗമ്യനും കഠിനാദ്ധ്വാനിയു മായ ഒരു മനുഷ്യൻ എന്ന ചിന്തയാണ് എഡ്മണ്ട് എന്നിൽ ഉളവാ ക്കിയത്. താൻ ചെയ്യുന്ന പ്രവൃത്തിയിൽ ആനന്ദം കണ്ടെത്തുന്ന ഒരു മനുഷ്യൻ. അപ്പോഴും തീക്ഷ്ണമായ കണ്ണുകളും കുട്ടപുരികങ്ങളും അയാളുടെ

ഇടപെടലുകളുടെ സൗമ്യതയ്ക്കു ചേരാത്തവിധം വേറിട്ടുനില്ക്കുന്നുവെന്നും എനിക്കു തോന്നാതിരുന്നില്ല.

***

ഹെറാഫർഡ് ഇനത്തിൽപ്പെട്ട കൊഴുത്തുരുണ്ട ഒരു മൂരിക്കുട്ടൻ മാർത്തയെ കണ്ടതേ, തലകുലുക്കി സ്നേഹം പ്രകടിപ്പിച്ച് വേലിക്കരികിലേക്കെത്തി. മാർത്ത വാത്സല്യത്തോടെ അവന്റെ നെറുകയിൽ ചൊറിയുകയും തലോടുകയുംചെയ്തു. അവന്റെ പേര് ഡെക്സ്റ്ററെന്നായിരുന്നു. മുലകുടിക്കുന്ന പ്രായത്തിൽ കൊണ്ടുവന്നതാണെന്നു മാർത്ത പറഞ്ഞു. നിപ്പിൾ പിടിപ്പിച്ച പാൽക്കുപ്പിയിൽ പാലുകൊടുത്താണ് അവനെ വളർത്തിയത്. മുട്ടാളനായിട്ടും അവൻ ആ ശീലം മാറ്റിയിട്ടില്ല. ഇപ്പോൾ പാലിനു പകരം വെള്ളമാണ് പാൽക്കുപ്പിയിൽ കുടിക്കുന്നത് എന്നുമാത്രം. നരയുതിർത്തുകൊണ്ടു ഡെക്സ്റ്റർ വെള്ളം വലിച്ചുകുടിക്കുന്ന കാഴ്ച എന്നിൽ ചിരിയുണർത്തി. നിലത്തേക്ക് ചാക്കിൽനിന്നു കുടഞ്ഞിട്ടുകൊടുത്ത പാസ്ചർബൂസ്റ്റർപെല്ലെറ്റുകൾ, അവൻ നക്കിനുണഞ്ഞുതിന്നുമ്പോൾ ഈർപ്പം ഇറ്റിനിന്ന പുൽനാമ്പുകൾ രുചിച്ചുകൊണ്ടുനടന്ന കറുത്ത ചെമ്മരിയാട് ആർത്തിയോടെ ഓടിയടുത്ത് വീതംപറ്റുവാൻ ശ്രമിച്ചു. ആ കടന്നുകയറ്റത്തിൽ ഡെക്സ്റ്റർ അലോഹ്യം പ്രകടിപ്പിച്ചില്ല. ആട്ടുകൊറ്റന്റെ പേര് ക്രാങ്കി എന്നാണത്രേ! കൊള്ളാം, പേരിനു ചേരുന്ന സ്വഭാവംതന്നെ. എനിക്കു വീണ്ടും ചിരിക്കാതിരിക്കാൻ കഴിഞ്ഞില്ല.

ഡിം! വലിയൊരു ശബ്ദം തൊട്ടടുത്ത കോഴിപ്പുരയിൽനിന്നായിരുന്നു. ഞാനൊന്നു ഞെട്ടി. കോഴിക്കൂട്ടിൽ അന്തിയുറക്കത്തിനു കുറുകേയിട്ടിരുന്ന ഉരുളൻതടി ബഹളത്തിന്നിടയിൽ തെന്നി താഴേവീണ ശബ്ദമാണ് കേട്ടത്.

“നെവർ മൈൻഡ്. അതു സാധാരണമാണ്.”

മാർത്ത എന്നെ നോക്കി ചുമലു കുലുക്കി ചിരിച്ചു.

ഇളംകാറ്റിൽ, നെറ്റിയിലേക്കു വീണുകിടന്ന കുറുനിരകൾ ഇളകിയാടി. അവർ ഡെക്സ്റ്ററിനെ വാത്സല്യത്തോടെ നോക്കി.

“എത്ര ഓമനയാണ് അവൻ. അല്ലേ?"

ഞാൻ തലയാട്ടി. ആ മുട്ടൻമൂരിക്കുട്ടന്റെ ഇണക്കം എന്നിലും ഒരു വാത്സല്യഭാവം ഉണർത്തിയിരുന്നു. മാർത്തയുടെ പക്ഷികൾക്കും മൃഗങ്ങൾക്കും പേരുമാത്രമല്ല, പറയാൻ കഥകളുമുണ്ടെന്നു ക്രമേണ എനിക്കു മനസ്സിലായി. ഡെക്സ്റ്ററിനെ വിട്ട് മാർത്ത കോഴിക്കൂട്ടിലെ മുട്ടകൾ

പെറുക്കി, അവയുടെ സ്വർഗ്ഗീയരുചിയെക്കുറിച്ചു പിന്നേയും വർണ്ണിക്കാൻ തുടങ്ങിയിരുന്നു.

ചുറ്റിപ്പറ്റിനടന്ന വാത്തകളുടെ ശബ്ദം പാമ്പിന്റെ ചീറ്റൽപോലേയായിരുന്നു. ജോർജ്ജെന്നു പേരുള്ള വലിയ ഒരു ടർക്കി കാര്യസ്ഥഭാവത്തിൽ, 'സൈലെൻസ് പ്ലീസ്'' എന്ന് അധികാരഭാവത്തിൽ കൊക്കിക്കൊണ്ടു കോഴികൾക്കും വാത്തകൾക്കും ഒപ്പം മുടന്തിനടന്നു. കാട്ടുപൂച്ചയുടെ ആക്രമണത്തിൽനിന്നു പ്രിയതമയെ രക്ഷിക്കാനുള്ള വിഫലശ്രമത്തിൽ പ്പറ്റിയ അപകടമായിരുന്നു ആ മുടന്തിനു കാരണം. ഒരു കോഴിയുടെ തൂവലുകൾ അല്പം വ്യത്യസ്തമായിരുന്നു. മാർത്ത അതിന്റെ പിതൃത്വം ടർക്കിയുടെമേൽ ആരോപിച്ചു. നീലമുട്ടയിടുന്ന 'സുന്ദരി' എന്നുപേരുള്ള കോഴി, മണ്ണിൽ കുഴിമാന്തി പതിഞ്ഞിരുന്ന് ത്വക്കും തൂവലും പൊടിയിൽ കുടഞ്ഞെടുത്ത് ആരോഗ്യസംരക്ഷണം ഉറപ്പുവരുത്തികൊണ്ടിരുന്നു.

ഓർക്കാപുറത്താണ് വേലിയിൽ കൂട്ടംകൂടിയിരുന്നിരുന്ന കാട്ടുതാറാവുകൾ പേടിച്ചപോലേ പറന്നകന്നത്. ഗീസറിൽനിന്നെന്നപോലേ, നിരന്നുനില്ക്കുന്ന മൂന്നു നീർച്ചീറ്റലുകളിൽനിന്നു സീൽക്കാരശബ്ദത്തോടെ വെള്ളം ചീറ്റിത്തെറിച്ചതായിരുന്നു കാരണം. ഭയപ്പെടുത്തുന്ന ഒന്നും ആ ശബ്ദത്തിൽ ഞാൻ കേട്ടില്ല. മാർത്തയുടെ മുഖം പക്ഷേ, ആ നിമിഷം ഭയന്നപോലേ വിളറിപ്പോയിരുന്നു. അവർ അതൃപ്തിയോടെ തല ഇരുവശങ്ങളിലേക്കും വെട്ടിച്ചുകൊണ്ടിരുന്നു. പെട്ടെന്നുള്ള ആ മാറ്റം എന്നെ അദ്ഭുതപ്പെടുത്തി. ഓർക്കാപ്പുറത്തായിരുന്നെങ്കിലും ഒരു ഞെട്ടലിന്നപ്പുറത്തേക്കു ഭയം തോന്നിപ്പിക്കുംവിധം എന്തുണ്ടായെന്നു ഞാൻ ആലോചിച്ചു.

മാർത്തയുടെ മാറ്റം ശ്രദ്ധിച്ചപോലേ, ബെല്ലയെന്ന പൂഡിൽ അവരുടെ കാൽച്ചുവടുകളോടു പറ്റിനിന്നു സ്നേഹം പ്രകടിപ്പിച്ചുകൊണ്ടിരുന്നു. അതിന്റെ നെറുകയിൽ തലോടി, മാർത്ത ദീർഘനിശ്വാസമുതിർത്തു. എന്തോ ഒന്ന് അലട്ടിയതുപോലേ ഒരു മാറ്റം മാർത്തയിൽ കാണപ്പെട്ടു. എന്തുപറ്റി എന്ന എന്റെ ചോദ്യത്തിന് ഒന്നുമില്ലെന്നവർ തലകുലുക്കി.

ആ സന്ദർഭത്തിൽ കൂടുതലൊന്നും ചോദിക്കാതിരിക്കുന്നതാണ് ഉചിതമെന്നു എനിക്കു തോന്നി.

ചില നിമിഷങ്ങൾ കഴിഞ്ഞപ്പോൾ, മാർത്ത വീണ്ടും പ്രസന്നവദനയായി. അവരുടെ ചുണ്ടിൽനിന്ന് ഒരു സ്തുതിഗീതം ഈണത്തിൽ മൂളിപ്പറന്ന് അന്തരീക്ഷത്തിൽ വിലയിക്കാൻ തുടങ്ങി.

"I am grateful for the things you have done
Yes, I am grateful for the victories we have won."

അവർ 'വീണ്ടുംജനനം' പ്രാപിച്ച ക്രിസ്ത്യാനിയാണോ എന്ന് ആദ്യകാഴ്ചയിൽ എനിക്കു തോന്നിയ സംശയം ചോദിക്കുവാൻ എന്നെ പ്രേരിപ്പിച്ചത് ആ പാട്ടിന്റെ ഈരടികളാണ്. ചില പെന്തക്കോസ്തുക്രിസ്ത്യാനികൾ ആയിടയ്ക്കായിരുന്നു എന്നെ പരിചയപ്പെടാൻ താൽപര്യപ്പെട്ടുവന്നത്.

ഒരു തുടക്കം ലഭിക്കാൻ കാത്തിരുന്നതുപോലെയാണ് മാർത്ത എന്റെ ചോദ്യത്തിനുമേൽ വാചാലയായത്.

"അതേ. ദാനമായ് ലഭിച്ച ഈ പുതുജന്മത്തിൽ എനിക്കു ദൈവത്തോടു കടപ്പാട് ഏറെയാണ്. തേച്ചുമിനുക്കിയ ഭാഷയിലായിരുന്നു ആ വിഷയത്തിൽ മാർത്ത സംസാരം തുടങ്ങിയത്.

"നിങ്ങൾക്കു മുഷിയില്ലെങ്കിൽ ഞാൻ എന്റെ അനുഭവസാക്ഷ്യം പങ്കുവയ്ക്കാം."

അവരുടെ കഥ കേൾക്കാൻ എനിക്കു താൽപര്യം തോന്നി. ഞാൻ പ്രോത്സാഹിപ്പിച്ചു.

ഒരു കാര്യം ആദ്യമേ പറയട്ടെ. മാർത്തയുടെ നീണ്ട കഥയുടെ ആദ്യഭാഗം കഴിഞ്ഞപ്പോൾ എന്റെ മനസ്സിൽ രൂപപ്പെട്ട ഒരു പദപ്രശ്നം പൂരിപ്പിക്കപ്പെട്ടുകഴിഞ്ഞിരുന്നു. ഉപബോധമനസ്സിന്റെ അടിത്തട്ടിൽ എപ്പോഴൊക്കെയോ അടിഞ്ഞുകൂടിയ ഭയം, ചെറിയ തിരയിളക്കങ്ങളിൽപ്പോലും ഇളകിമറിഞ്ഞ് അവരുടെ മനസ്സിൽ കലക്കങ്ങളുണ്ടാക്കുന്നുണ്ടെന്നു ഞാൻ തിരിച്ചറിഞ്ഞു. മാർത്തയുടെ കഥയുടെ ആദ്യഭാഗത്തിന്റെ രത്നചുരുക്കം ഇങ്ങനെയായിരുന്നു.

ഇംഗ്ലണ്ടിലെ ഡെർബിഷെയറിനോടു വിടപറയുമ്പോൾ മാർത്തയ്ക്കു പതിനെട്ട് വയസ്സായിരുന്നു. എഡ്മണ്ടിന് ഇരുപത്തിനാലും. പള്ളിയിലെ അംഗമായിരുന്നു എഡ്മണ്ട്. മാർത്തയും രണ്ടു സഹോദരികളും ക്വയറിൽ പാടുമായിരുന്നു. എഡ്മണ്ടുമായുള്ള പരിചയം ക്രമേണ പ്രണയമായ് മാറി. ഒരുപക്ഷേ, പ്രണയത്തെക്കാൾ ഒരു തണലായിരുന്നു മാർത്തയ്ക്കു വേണ്ടിയിരുന്നത്. മുത്തശ്ശിയുടെ കീഴിലാണ് മാർത്തയും സഹോദരങ്ങളും വളർന്നത്. കഷ്ടപ്പാടും ദുരിതങ്ങളുംമാത്രം നിറഞ്ഞ ജീവിതം എന്നു പറഞ്ഞാലും തെറ്റില്ല. കൽക്കരിഖനിയിലെ ജോലികഴിഞ്ഞ് കരിയിൽ പൊതിഞ്ഞുവരുന്ന അപ്പന്റെ ഇരുണ്ടരൂപം ഭീമാകാരനായ ഒരു കാട്ടാളന്റേതായിരുന്നു എന്നു മാർത്ത പറയുമ്പോൾ അവരുടെ മുഖത്ത് മ്ലാനതയുടെ നിഴൽ പടർന്നുകയറിയിരുന്നു. കള്ളുകുടിച്ചിട്ടുണ്ടെങ്കിൽ വീട്ടിൽ ലഹള ഉറപ്പായിരുന്നു. വായുവിൽ വീശുന്ന ബെൽറ്റിന്റെ സീൽക്കാരശബ്ദം പതുങ്ങിയൊളിക്കാൻ പ്രേരിപ്പിക്കുന്ന

ഭയത്തിന്റെ ശബ്ദമായിമാറിയത് അങ്ങനെയാണ്. ആ ശബ്ദം ഉതിർക്കുന്ന ഭയമാണ് അമ്മയെ അവർക്കു നഷ്ടമാക്കിയത്. അവർ എവിടേക്കോ ഓടി രക്ഷപ്പെട്ടുപോയി. കാലങ്ങൾ കഴിഞ്ഞിട്ടും കലങ്ങിതെളിയാത്ത വെള്ളംപോലെ ഇപ്പോഴും ആ ഓർമ്മകൾ മാർത്തയിൽ അസ്വസ്ഥതയുളവാക്കുന്നുണ്ട്.

പറന്നുപോയ കാട്ടുതാറാവുകളിൽ ചിലവ പിന്നെയും മടങ്ങിവന്നു വേലിയിൽ ഇരുപ്പുറപ്പിച്ചിരുന്നു. നീർച്ചീറ്റലുകളിൽനിന്ന് ഓർക്കാപ്പുറത്ത് പുറപ്പെടുന്ന വെള്ളത്തിന്റെ ശബ്ദം അവയെ വീണ്ടും ഭയപ്പെടുത്തി ദൂരേക്ക് പറന്നുപോകുവാൻ പ്രേരിപ്പിക്കുമായിരിക്കും എന്നു ഞാൻ ചിന്തിച്ചു. അവയ്ക്കു ശത്രുഭയം ജന്മസിദ്ധമാണല്ലോ!

"എവിടെയെങ്കിലും ഒളിക്കുവാനുള്ള മനസ്സിന്റെ വെപ്രാളം ഇപ്പോഴും എന്നെ പിടികൂടാറുണ്ട്."

എന്ന മാർത്തയുടെ വാക്കുകൾ ഓർമ്മിക്കുമ്പോഴാണ്, കടിക്കുന്ന ഭാഗം മരവിപ്പിച്ച്, രക്തം വലിച്ചുകുടിക്കുന്ന കുളയട്ടയെപ്പോലേ, കടിച്ചുതൂങ്ങിക്കിടക്കുന്ന പരാദജീവിയാണ് മനുഷ്യരിലെ ഭയം, എന്ന സത്യം നമ്മൾ തിരിച്ചറിയുന്നത്.

മാർത്തയുടെ വല്യമ്മ, പള്ളിക്കാര്യങ്ങളിൽ കർക്കശക്കാരിയായിരുന്നതുകൊണ്ട് തികഞ്ഞ ക്രിസ്ത്യാനികളായിട്ടാണ് മാർത്തയും സഹോദരങ്ങളും വളർന്നത്. വല്യമ്മയ്ക്കു ചെറിയ കൃഷിയിടത്തിൽ പച്ചക്കറികളും കോഴികളും ശീമമുയലുകളും പക്ഷികളും ഉണ്ടായിരുന്നു. ശനിയാഴ്ചച്ചന്തകളിൽ ഉല്പന്നങ്ങൾ എല്ലാവരുംകൂടെ വില്പനയ്ക്ക് എത്തിക്കും. വിധവയായിരുന്നു വല്യമ്മ. കഷ്ടപ്പാടുകൾ നിറഞ്ഞ ആ കാലത്തെക്കുറിച്ചു പറയുമ്പോൾ മാർത്തയുടെ കണ്ണുകളിൽ ഈറൻ തളംകെട്ടി, വിതുമ്പാൻ വെമ്പിനിന്നിരുന്നു. പതിനെട്ട് വയസ്സ് പൂർത്തിയായപ്പോൾ മാർത്തയും എഡ്മണ്ടും വിവാഹിതരായി. അതിന്നടുത്തവർഷം ആസ്ത്രേലിയയ്ക്കു കപ്പൽ കയറി. കഥയുടെ ഈ അദ്ധ്യായം എഴുതപ്പെട്ടത് നാല്പത്തിമൂന്നു വർഷങ്ങൾക്കു മുമ്പായിരുന്നു.

***

പത്തു വർഷങ്ങൾക്കുമുമ്പ് സിഡ്നിയിൽനിന്ന് ഇവിടെയെത്തിയതും ഇംഗ്ലണ്ടിൽ ബിൽഡറായ് ജോലിചെയ്തു പരിചയത്തിൽ എഡ്മണ്ടുതന്നെ ഈ വീടു കെട്ടിപ്പൊക്കിയതും വീടിന്റെ ഒരു ഭാഗം ഹോംസ്റ്റേയായ് അതിഥികൾക്കായ് മാറ്റിവച്ചതുമായ കാര്യങ്ങൾകൂടെ മാർത്ത പറഞ്ഞു. എപ്പോഴോ വലിയൊരു ദീർഘനിശ്വാസം അവരിൽനിന്നുതിർന്നുവീണു.

മൂടിപ്പുതച്ചുകിടന്ന ഗതകാലസ്മരണകളെ ഒരിക്കൽക്കൂടെ തട്ടിയുണർത്തിയ മനസ്സിന്റെ തുലനനിയന്ത്രണത്തിന് ആ വായുർഗമനം ആവശ്യമായിരുന്നിരിക്കണം!

കോച്ചിന്നരികിൽ എഡ്മണ്ട് പണിതുടരുന്നത് എനിക്കു കാണാമായിരുന്നു. ഞാനയാളെ മതിപ്പോടെയും ആദരവോടെയും നോക്കി.

ഡെക്കിൽ പ്രത്യക്ഷപ്പെട്ട ഒരു യുവതി മാർത്തയെ കൈകൊട്ടി വിളിച്ചു.

“ദാ വരുന്നു” എന്നു മാർത്ത തിരിച്ചു വിളിച്ചുപറഞ്ഞു.

“മകളാണ്.” മാർത്ത എന്നെ നോക്കി പറഞ്ഞു .

“ചർച്ചിൽ യൂത്തിന്റെ ഒരു പ്രോഗ്രാം കോഡിനേറ്റ് ചെയ്യുന്നതു ഞാനാണ്. ചില കാര്യങ്ങൾ ഇന്നു രാവിലെ ചെയ്തുതീർക്കേണ്ടതുണ്ട്. മകൾ വിളിച്ചത് അതോർമ്മിപ്പിക്കാനാണ്. കംപ്യൂട്ടറിൽ എന്റെ സഹായി അവളാണ്.”

വെയിൽ നന്നായ് തെളിഞ്ഞുതുടങ്ങിയിരുന്നു. നെറ്റിയിലെ വിയർപ്പുതുള്ളികൾ വിരൽകൊണ്ടു വടിച്ചെറിഞ്ഞ്, മാർത്ത പറഞ്ഞു.

“നിങ്ങൾ കുറച്ചുമാത്രമേ ഇതുവരെ കേട്ടുള്ളൂ.”

അവർ ആത്മവിശ്വാസത്തോടെ മനോഹരമായ് ചിരിച്ചു.

“ബാക്കി കേൾക്കണമെന്നുണ്ടെങ്കിൽ വീണ്ടും വൈകുന്നേരം ഇവറ്റകൾക്കു തീറ്റകൊടുക്കുന്ന സമയത്ത് ഇവിടെ വന്നാൽ മതി.”

എനിക്കും പോകേണ്ടിയിരുന്നു. മാർത്തയോടു വൈകുന്നേരം കാണാമെന്നു സമ്മതം പറഞ്ഞ്, ഞാനും യൂണിറ്റിലേക്കു മടങ്ങി.

***

അന്നു പകൽ മൂന്നുമണിവരെ ഞങ്ങളുടെ യാത്രകൾ അടുത്ത പ്രദേശങ്ങളിലായിരുന്നു. ആസ്ത്രേലിയൻ സൂ സന്ദർശനമായിരുന്നു ആദ്യപരിപാടി. സ്റ്റീവ് ഇർവിങ്ങിന്റെപേരിലുള്ള കാഴ്ചബംഗ്ളാവിൽ ക്രോക്കഡൈൽഷോ നടക്കുന്ന ദിവസമായിരുന്നു അന്ന്. സ്റ്റീവിന്റെ ഭാര്യയും മകനും ഷോയിൽ പങ്കെടുക്കുന്നുണ്ടായിരുന്നു. വലിയ ഇറച്ചിക്കഷണങ്ങൾ കാണിച്ചു പ്രലോഭിപ്പിച്ച്, ഭീമാകാരന്മാരായ മുതലകൾ ഇരയെ പിടിക്കുന്ന കാഴ്ച പുനരാവിഷ്കരിക്കുന്ന ഷോ, സ്റ്റീവിന്റെ മകനും ഭാര്യയുംഉൾപ്പടെയുള്ളവർ അവതരിപ്പിച്ചപ്പോൾ നെഞ്ചിടിപ്പോടെയാണ് നോക്കിക്കണ്ടത്. ജലത്തിന്നടിയിലൂടെ പതുങ്ങിവരുന്ന മുതലകൾ ആക്രമിക്കുന്നതു മിന്നൽവേഗത്തിലാണ്. ഏതു നിമിഷവും

ആക്രമിക്കാൻ തയ്യാറായ് ജലവിതാനത്തിനുള്ളിൽ പതുങ്ങിനില്ക്കുന്ന കറുത്ത നിഴൽപോലേ അവ അവസരം കാത്തുനില്ക്കുന്ന കാഴ്ച ഭീതിയുണർത്തുന്നതായിരുന്നു. ജലവും മുതലയും പ്രതീകങ്ങളായ് വരുന്ന ഒരു ചിത്രം എന്റെ മനസ്സിൽ പെട്ടെന്നു കടന്നുവന്നു. പിന്നീടു കുന്നിന്മുകളിലെ കഫെയുടെ മുമ്പിലുള്ള റോഡിൽനിന്നു നോക്കുമ്പോൾ ദൂരേ, ചിരകാലങ്ങളായ്, ധ്യാനനിമഗ്നരായ്നിന്നിരുന്ന ഭീമാകാരന്മാരായ ഗ്ലാസ്സ്ഹൗസ് മലമുടികൾ എന്റെ മനസ്സിൽ ഭയം ജനിപ്പിക്കുന്ന പ്രതീകങ്ങൾപോലേ തലയുയർത്തി നോക്കിനിന്നു. സന്ദർശനങ്ങൾ വിചാരിച്ചതിലും വൈകിയതിനാൽ, മൂലൂലനദി കാണുവാൻ എനിക്കാഗ്രഹമുണ്ടായിരുന്നെങ്കിലും അതു മറ്റൊരു സന്ദർഭത്തിലേക്കു മാറ്റിവയ്ക്കേണ്ടിവന്നു.

അന്നു വൈകുന്നേരം മാർത്ത, ഫാമിലേക്കു പോകുന്ന സമയത്ത് ഡോളിയും കുട്ടികളും കൂടെക്കൂടി. അല്പസമയം ഫാമിൽ ചെലവഴിച്ച ശേഷം ഡോളി കുട്ടികളെയുംകൊണ്ടു തിരിച്ച് യൂണിറ്റിലേക്കു പോയി. മാർത്തയുടെ കഥയുടെ ബാക്കി കേൾക്കുവാനായ് ഞാൻ മാർത്തയോടൊപ്പം തങ്ങി. ഡോളിക്ക് ഞാൻ ചില സൂചനകൾ കൊടുത്തിരുന്നു.

പ്രസവിച്ചുകിടക്കുന്ന ഗിനിപ്പന്നിയുടെ തൊലിപ്പുറത്തെ അസുഖത്തിന് ആന്റിബാക്റ്റീരിയൽസ്പ്രേ അടിച്ചുകൊണ്ടിരിക്കുമ്പോൾ മാർത്ത വീണ്ടും കഥ പറഞ്ഞുതുടങ്ങി. അതു മാർത്തയുടെ വാക്കുകളിൽത്തന്നെയാണ് നിങ്ങൾ കേൾക്കേണ്ടത് എന്നെനിക്കു തോന്നുന്നു.

***

"സിഡ്നിയിൽ വന്ന് കുറച്ചുവർഷങ്ങൾ കഴിഞ്ഞപ്പോൾ എഡ്മണ്ട് മദ്യപാനം തുടങ്ങി. അതുവരെ ഞാൻ കാണാത്ത എഡ്മണ്ടിനെയാണ് പിന്നീടു കണ്ടത്. മദ്യപിക്കുന്ന എഡ്മണ്ട് എന്റെ പിതാവിന്റെ തനിപ്പകർപ്പായിരുന്നു. ഒരു പളുങ്കുപാത്രംപോലേ ഞാൻ ഉടഞ്ഞുപോയി. അപ്പോഴേക്കും മക്കൾ മൂന്നുപേരും ജനിച്ചുകഴിഞ്ഞിരുന്നു. പ്രതികരിക്കാനോ ഉപേക്ഷിക്കാനോ ത്രാണിയില്ലാത്തവിധം ഞാൻ തകർന്നുപോയി. നീലനിറമായിരുന്ന ഞങ്ങളുടെ ജീവിതത്തിന്റെ ആകാശത്ത് കരിമേഘക്കൂട്ടങ്ങൾ ആർത്തിയോടെ പ്രത്യക്ഷപ്പെട്ടു. ആ മേഘങ്ങളുടെ കറുപ്പ് എന്നെ ഭയപ്പെടുത്തി. അതിന്റെ നിഴലിൽനിന്ന് ഓടിയൊളിക്കാൻ ഞാനൊരിടവും കണ്ടില്ല. ഞാനെത്ര ദുർബ്ബലയാണെന്ന് അന്നാളിലാണ് ആദ്യമായ് തിരിച്ചറിഞ്ഞത്. ജീവനൊടുക്കണമെന്നുള്ള ചിന്ത എന്റെയുള്ളിൽ ക്രമേണ ഉടലെടുത്തു. വിഷാദത്തിന്റ തേനീച്ചകൾ എന്റെ സന്തോഷങ്ങളുടെ മലരുകളിൽനിന്നു തേൻ മോഷ്ടിച്ചുകഴിഞ്ഞിരുന്നു.

ചീർത്തുവീർത്ത ഭയത്തിന്റെ കുളയട്ടകൾ എന്റെ മനസ്സിൽ പിടിവിടാതെ പിന്നേയും കടിച്ചുതൂങ്ങിക്കിടന്നു. രാത്രികാലങ്ങളിൽ കണ്ണീരിൽ ഞാൻ എന്റെ മുഖം കഴുകിത്തുടച്ചു. മനുഷ്യജീവിതത്തിന്റെ അർത്ഥമില്ലായ്മ യെന്ന ബോധം എന്നെ മരണത്തിലേക്ക് അടുപ്പിച്ചുകൊണ്ടിരുന്നു. അപ്പോഴും കെടാനാളംപോലെ ദൈവമെന്ന ചിന്ത എന്റെ ജീവിതത്തി ന്റെയിരുട്ടിൽ ഇടയ്ക്കിടെ വെളിച്ചംവീശുന്നുണ്ടായിരുന്നു.

ഒരിക്കൽ മദ്യപിച്ചുലഹരികെട്ട എഡ്മണ്ടിന്റെ അപ്രതീക്ഷിതമായ അടിയിൽ ബോധം മറഞ്ഞുപോയശേഷം പിന്നെ, എപ്പോഴോ ഉണർന്ന പ്പോൾ ആ നാളത്തിന്റെ പ്രകാശവും മിഥ്യയാണെന്നു എനിക്കു തോന്നി. ഞാൻ മരിക്കാൻ ഉറപ്പിച്ചു."

ഓർമ്മകളുടെ തിരതള്ളലിൽ മാർത്ത കിതച്ചുകൊണ്ടിരുന്നു .

"നിങ്ങൾക്കറിയുമോ ഒരു മനുഷ്യൻ എപ്പോഴാണ് ജീവിതമൊടുക്കു ന്നതെന്ന്?"

ഒന്നും പറയാതെ ഞാൻ അവരെ സാകൂതം നോക്കുകമാത്രം ചെയ്തു.

"പ്രതീക്ഷകൾ അറ്റുപോകുമ്പോഴല്ല, മറിച്ച് ജീവിതത്തിൽ പ്രതിസ ന്ധിയെ മറികടക്കാൻ ഇനിയൊന്നും ചെയ്യാൻ കഴിയില്ലെന്ന നിസ്സഹാ യാവസ്ഥയുടെ ബോദ്ധ്യപ്പെടലിലാണ് അതു സംഭവിക്കുന്നത്. പ്രതീ ക്ഷകൾക്ക് അസ്തമിക്കാനാവില്ല. അന്നു രാത്രി ക്രിസ്തുവിന്റെ രൂപത്തിനു മുമ്പിൽ ഞാൻ മുട്ടുകുത്തി, മാപ്പിരന്നു. എന്റെ മുമ്പിലെ വഴികളെല്ലാം അടയപ്പെട്ടുകഴിഞ്ഞിരുന്നു. ഇരുട്ടിനെ മറികടക്കാനുള്ള ഒരു വെളിച്ചവും എന്റെ മുമ്പിൽ പ്രത്യക്ഷപെട്ടില്ല. ശരീരത്തിന്റെയും മനസ്സിന്റെയും തളർ ച്ചയിൽ എനിക്കു തലകറക്കമുണ്ടായി. ഞാൻ ഒരു മയക്കത്തിലേക്കു വഴുതിവീണു. അബോധാവസ്ഥയിൽ സ്വപ്നംപോലെ എന്തോ ഒന്നു ഞാൻ കണ്ടു. ആരോ മൃദുവായ് എന്നോടു സംസാരിച്ചു."

"..ദൈവം കല്പിച്ചുളവാക്കിയതിനെ ഇല്ലാതാക്കുവാൻ നിനക്കധികാ രമുണ്ടോ?"

അത്രയും മാർദ്ദവമുള്ള ഒരു സ്വരം അതിനുമുമ്പ് ഞാൻ കേട്ടിട്ടില്ലാ യിരുന്നു.

എനിക്കു സംസാരിക്കാൻ കഴിഞ്ഞില്ല. പെട്ടെന്നു മയക്കത്തിൽനി ന്നുണർന്ന ഞാൻ വേവലാതിയോടെ ചുറ്റും നോക്കി. ആരും അടുത്തെ ങ്ങും ഉണ്ടായിരുന്നില്ല. അതൊരു സ്വപ്നമായിട്ടല്ല എനിക്കു തോന്നിയത്. ആരോ മുമ്പിൽനിന്നു പറഞ്ഞിട്ട് പെട്ടെന്നു അപ്രത്യക്ഷമായതുപോലേ യുള്ള അനുഭവമായിരുന്നു അത്. കണ്ണു തുറന്നപ്പോൾ തീർച്ചക്കുവേണ്ടി

ഞാൻ മുറി മുഴുവൻ നോക്കി. മനസ്സ് സ്ഥൈര്യപ്പെട്ടപ്പോൾ ഞാൻതന്നെ ആ സ്വപ്നത്തെ വ്യഖ്യാനിച്ചു.

വളരെ പരിചിതമായ ബൈബിൾസന്ദർഭങ്ങളുടെ ആവർത്തനംപോലേയായിരുന്നു ആ സ്വപ്നം. ദുർബ്ബലമായ മനസ്സിന്റെ ചിന്തകളുടെയും ഇച്ഛകളുടെയും സ്വപ്നാടനകോലാഹലങ്ങൾ. അങ്ങനെ ഗൗരവമോ തരമുള്ളൂ എന്നു വാദിച്ചെങ്കിലും നിർബ്ബന്ധംചെലുത്തുന്ന മനസ്സിന്റെ തോന്നലിൽ ബൈബിൾ തുറന്ന് ആദ്യം കണ്ട വാക്യം ഞാൻ വായിച്ചു.

"നീ നിന്റെ ദൈവമായ കർത്താവിനെ പരീക്ഷിക്കരുത്."

അദൃശ്യമായ് ആരോ ഇടപെടുന്നു എന്നെനിക്ക് അപ്പോൾ തോന്നി.

ദുഃഖഭാരംകൊണ്ട് എന്റെ കണ്ണുകൾ കവിഞ്ഞൊഴുകി. എത്ര നേരമെന്നറിയില്ല, ഞാൻ കരഞ്ഞത്. എപ്പോഴോ പിന്നെയും മയങ്ങിപ്പോയിരുന്നു. വീണ്ടും ഉണർന്നപ്പോൾ, മരണചിന്തകൾ എന്നിൽനിന്നു പൊയ്പ്പോയിരുന്നു. പുതിയ പ്രതീക്ഷകളുടെ ഒരു പുലരിവെളിച്ചം ഞാൻ മുമ്പിൽ കണ്ടു. ജീവിതത്തോട് ഇഷ്ടം തോന്നിപ്പിക്കുന്ന ഉന്മേഷം എന്നിൽ വന്നുനിറഞ്ഞു. എന്റെ അവിവേകചിന്തയ്ക്ക് ഞാൻ കർത്താവിനോടു മാപ്പിരന്നു. അന്നാണ് ഞാൻ 'വീണ്ടും ജനിച്ചത്'; ഒരു പുതിയ സൃഷ്ടിയായ് രൂപാന്തരംപ്രാപിച്ചത്.

എന്റെ സങ്കടങ്ങൾക്കും യാതനകൾക്കും അറുതിയുണ്ടാകാൻ പോകുന്നു എന്നെനിക്കു തോന്നി. എഡ്മണ്ടിന്റെ മദ്യപാനം ഒഴിവായി, ഞങ്ങളുടെ ആകാശം വീണ്ടും നീലനിറത്തിൽ ചിരിക്കുമെന്നു ഞാൻ പ്രതീക്ഷിച്ചു. പക്ഷേ, അടുത്ത ദിവസം എഡ്മണ്ടിൽനിന്നു കടുത്ത ശാരീരികപീഡനം വീണ്ടുമുണ്ടായി. ഞാൻ തളർന്നില്ല. നിയമത്തിന്റെ വഴികൾ മുമ്പിലുണ്ടെങ്കിലും അതെന്റെ വിശ്വാസപ്രമാണങ്ങൾക്കു നിരക്കുന്നതായിരുന്നില്ല. തലേദിവസത്തെ സ്വപ്നാനുഭവത്തെക്കുറിച്ചു ഞാനോർത്തു. അതു വെറുമൊരു കിനാവായിരുന്നു എന്നുതന്നെ ഞാൻ ഉറപ്പിച്ചു. നിന്റെ ദൈവമായ കർത്താവിനെ പരീക്ഷിക്കരുതെന്ന വചനം ഓർമ്മയിൽ തികട്ടിയപ്പോൾ, ജീവിതത്തിൽ ആദ്യമായ് ദൈവവചനത്തെ വെല്ലുവിളിക്കണമെന്ന് എനിക്കു തോന്നി. ഞാൻ അങ്ങനെ കർത്താവിനെ പരീക്ഷിച്ചു.

പതിവുപോലേ പബ്ബിൽനിന്നു മൂക്കുമുട്ടെ കുടിച്ചിട്ടാണ് എഡ്മണ്ട് അന്നും വീട്ടിൽ വന്നുകയറിയത്. വേനല്ക്കാലമായിരുന്നു. എന്നിട്ടും അന്നു വൈകുന്നേരം വലിയ ഇടിമിന്നലോട്ടുകൂടിയ കാറ്റും മഴയുമുണ്ടായി. ഉന്മത്തനായ് ഗാർഡനിൽ നിന്നിരുന്ന എഡ്മണ്ട് ഒരു ഇടിമിന്നലിന്നൊപ്പം

അലർച്ചയോടെ നിലത്തേക്കു മറിഞ്ഞുവീണു. ആ വീഴ്ചയിൽ എഡ്മണ്ടി ന്റെ ഇടതുകരം ഒടിഞ്ഞു. കാൽമുട്ടിനു പൊട്ടലുണ്ടായി. തലച്ചോറിനു ക്ഷതമേറ്റു. പുറത്ത് ഇടിമിന്നലിന്റെ ചെറിയ കരുവാളിപ്പ് നെടുനീളത്തിൽ ഓർമ്മപ്പെടുത്തൽപോലേ മരവിച്ചുകിടന്നു. ഈ അനുഭവത്തിനുശേഷം മനുഷ്യജീവിതത്തിൽ സംഭവിക്കുന്നതെല്ലാം ദൈവികമായ തീരുമാന ങ്ങൾകൊണ്ടുമാത്രമാണ് എന്നു ഞാൻ ഉറച്ചുവിശ്വസിച്ചു.

ഞാൻ ഉപവസിക്കുകയും പ്രാർത്ഥിക്കുകയും ചെയ്തുകൊണ്ടിരുന്നു. മരണം മുന്നിൽക്കണ്ട നിമിഷം എഡ്മണ്ടിൽ മാറ്റങ്ങൾ ഉണ്ടാക്കി. മദ്യപാനവും ആകാരണമായ് എന്നെ ഉപദ്രവിക്കുന്ന സ്വഭാവവും എഡ്മണ്ടിൽനിന്നു ക്രമേണ അപ്രത്യക്ഷമായി. എനിക്കെന്റെ പഴയ എഡ്മണ്ടിനെ തിരിച്ചുകിട്ടി."

കോച്ചിന്നരികെ അവസാനമിനുക്കുപണികൾ ചെയ്തുകൊണ്ടിരി ക്കുന്ന എഡ്മണ്ടിനെ മാർത്ത അരുമയോടെ നോക്കി. അവർ എത്ര മാത്രം അയാളെ സ്നേഹിക്കുന്നുണ്ടെന്ന് ആ നോട്ടം വിളിച്ചുപറയുന്നു ണ്ടായിരുന്നു.

"നിങ്ങൾക്കറിയാമോ. എല്ലാ സൃഷ്ടികളും ദൈവത്തിന്റെ കരവിരു താണ്. അതിൽ ഏറ്റവും ശ്രേഷ്ഠമായതാണ് മനുഷ്യസൃഷ്ടി. ദൈവം തന്റെ സ്വന്തം പ്രതിരൂപത്തിൽ മനുഷ്യനെ സൃഷ്ടിച്ചു. മറ്റെല്ലാ സൃഷ്ടികളെയും അവനു കീഴിലാക്കി."

ഡെക്സ്റ്ററിന്റെ നെറുകയിൽ ചൊറിഞ്ഞുകൊണ്ടു മാർത്ത പറഞ്ഞു.

ഞാൻ ചിരിച്ചതല്ലാതെ മറുപടി പറഞ്ഞില്ല. ചില പിടിവള്ളികൾക്ക് ഉറപ്പുകൂടുതലുണ്ടാകും എന്നുമാത്രം ചിന്തിച്ചു. യൂണിറ്റിലേക്കു മടങ്ങുന്ന തിന്നുമുമ്പ്, ഡെക്സ്റ്റർ ഒരു മൂരിക്കുട്ടനായതുകൊണ്ടു വലുതാകുമ്പോൾ അവനെ വില്ക്കുമോ എന്നു ഞാൻ വെറുതേ ചോദിച്ചു. അതിനു മറുപടി യായ് മാർത്ത ഉറക്കെ ചിരിച്ചു. ഞാൻ അമ്പരന്നു.

"ഇല്ല വില്ക്കില്ല."

അവർ ചിരിയോടുകൂടെ പറഞ്ഞു. ആ ചിരിയുടെ പൊരുൾ എനിക്കു മനസ്സിലായില്ല. എന്തൊക്കെയോ വിചിത്രവിചാരങ്ങൾ ആ സ്ത്രീയുടെ ഉള്ളിൽ തിരകൾ തീർക്കുന്നുണ്ടെന്നു എനിക്കു തോന്നി. ശാന്തമായ സമുദ്രത്തിന്റെ അടിത്തട്ടിലെ കാണാക്കാഴ്ചകൾപോലേ അവ അവരു ടെയുള്ളിൽ ആരും കാണാതെ മറഞ്ഞുതന്നെ കിടന്നു.

***

ഒരു വർഷം കഴിഞ്ഞപ്പോൾ വീണ്ടും മാർത്തയുടെ ഹോംസ്റ്റേയിൽ ഞങ്ങൾ അതിഥികളായ് എത്തി. ഫാംസന്ദർശനത്തിൽ ഡെക്സ്റ്ററെന്ന മൂരിക്കുട്ടനെ ഞാൻ എങ്ങും കണ്ടില്ല. ക്രാങ്കിയെന്നുപേരുള്ള കറുത്ത ചെമ്മരിയാട്ടും അപ്രത്യക്ഷമായിരുന്നു. മാർത്ത അവയെ മാറ്റാർക്കെങ്കിലും വിറ്റോ? ചോദിക്കാതിരിക്കാൻ എനിക്ക് കഴിഞ്ഞില്ല.

"മാർത്താ, ഡെക്സ്റ്ററിനെയും ക്രാങ്കിയെയും കാണുന്നില്ലല്ലോ?"

അസാധാരണമായ അവരുടെ ചിരി ഞാൻ ഒരിക്കൽക്കൂടെ കേട്ടു.

"അവരെ കാണണമെങ്കിൽ നീ എന്റെ വലിയ ഫ്രീസർ തുറന്നു നോക്കണം. നിറുത്താതെയുള്ള പൊട്ടിച്ചിരിയുടെ അലകൾ എന്നെ അലോസരപ്പെടുത്തി. ഡെക്സ്റ്ററിന്റെ മാംസത്തിനു സ്വർഗ്ഗീയരുചിയാണെന്നവർ പറഞ്ഞപ്പോൾ ഞാൻ ദൃഷ്ടി അവരുടെ മുഖത്തുനിന്നു മൂല്ലലനദിയുടെ ദിശയിലേക്കു തിരിച്ചു. പാഡക്കുകളുടെ നടുവിൽ ഒറ്റപ്പെട്ട തകരഷെഡ്ഡ് ഇപ്പോഴും അവിടെത്തന്നെയുണ്ടായിരുന്നു. അതിന്നു കാവലിനെന്നവണ്ണം ഏകാകിയായ മരവും അങ്ങനെതന്നെ. ആദ്യസന്ദർശനത്തിൽ കണ്ടതിൽനിന്നു കാര്യമായ വ്യത്യാസം എങ്ങുംതന്നെയില്ല. പാഡക്കുകളെ തിരിക്കുന്ന അതിർത്തിവേലികളിൽ കാട്ടുതാറാവുകൾ പതിവുപോലേ കുന്തിച്ചിരുന്നുവിശ്രമിക്കുന്നുണ്ട്.

ഞങ്ങളുടെ പിന്നിൽ പണിതീർന്ന റെയിൽവേകോച്ച് അതിഥികളെ സ്വീകരിച്ചുതുടങ്ങി എന്നു മാർത്ത പറഞ്ഞു. ചെമന്ന പെയ്ന്റടിച്ച കോച്ച്, മനോഹരമായ് കാണപ്പെട്ടു. എഡ്മണ്ടിനെക്കുറിച്ചു ഞാൻ മാർത്തയോടു ചോദിച്ചു.

"എഡ്മണ്ട് ഇപ്പോഴും മൈനിൽ ജോലിക്കു പോകുന്നുണ്ടോ?"

ഒരു ഗൂഢസ്മിതം മാർത്തയുടെ മുഖത്ത് മിന്നിമറഞ്ഞതു ഞാൻ കണ്ടു.

"ഇല്ല. വീണ്ടും കുടി തുടങ്ങിയിരുന്നു. പഴയപോലേ ദേഹോപദ്രവവും. അന്ന്.."

എന്തോ പറയാൻ തുടങ്ങിയ മാർത്ത അർദ്ധോക്തിയിൽ നിറുത്തി. പിന്നെ, ദൈവത്തെ സ്തുതിച്ചു.

"താങ്ക് യു ലോർഡ്. നീ എത്ര വലിയവനാണ്!"

"അപ്പോൾ മഴക്കാലമായിരുന്നു. നദി കരകവിഞ്ഞ് പാഡക്കുകൾ മുങ്ങാൻ തുടങ്ങിയിരുന്നു. ഞാൻ മുട്ടിൽനിന്നു ദൈവത്തോടു കരഞ്ഞു പ്രാർത്ഥിച്ചു. അന്നു രാത്രിയിൽ ഇടിവെട്ടി. മഴ തകർത്തുപെയ്തു. എഡ്മണ്ട് അന്നു വീട്ടിൽ വന്നില്ല. അതിൽ അസാധാരണത്വം തോന്നിയില്ല. പതിവുകളൊക്കെ തെറ്റിക്കഴിഞ്ഞിരുന്നു. അതുകൊണ്ട് ഞാൻ വ്യാകുലപ്പെട്ടില്ല.

രാവിലെ മഴ തീർത്തും തോർന്നിരുന്നു. പുറത്ത് തെളിഞ്ഞ ആകാശത്തിനു കീഴേ പാഡക്കുകൾക്കു മുകളിൽ വലിയൊരു മഴവില്ല് ചിരിച്ചുകിനിന്നു. രാവിലെ ഇവറ്റകൾക്കു തീറ്റ കൊടുക്കാൻ ഞാൻ ഇവിടേക്ക് എത്തിയപ്പോൾ, ഗേറ്റ് തുറന്നുകിടന്നിരുന്നു. വേലിക്കരികിൽ കെട്ടിക്കിടന്ന മഴവെള്ളത്തിൽ കമിഴ്ന്ന്, മരവിച്ച്.."

അപ്രതീക്ഷിതമായ് നീർച്ചീറ്റലുകളിൽനിന്നു തെറിച്ച വെള്ളം, കാട്ടുതാറാവുകളെ കൂട്ടത്തോടെ പറത്തിയകറ്റിയപ്പോൾ വിയർപ്പുകണങ്ങൾ എന്റെ മുഖത്ത് ഭയത്തിന്റെ വസൂരിക്കുമിളകളെ കുരുപ്പിച്ചു. പതിവില്ലാതെ, കോഴികളും ചെറുപക്ഷികളും വെപ്രാളത്തോടെ കൂട്ടിനുള്ളിലും ചുറ്റുമായ് ചിറകിട്ടടിച്ചും പറന്നും ഒച്ചവച്ചു.

ഈർച്ചവാളിന്റെ മൂർച്ചയുള്ള ഒരു ശബ്ദം ഞാൻ അപ്പോൾ കേട്ടു.

"സൈലെൻസ് പ്ലീസ്."

അതു ടർക്കിയുടേതോ മാർത്തയുടേതോ? ഞാൻ സൂക്ഷിച്ചുനോക്കി. മാർത്തയുടെ മുഖം ശാന്തമായിരുന്നു. പെട്ടെന്നു ചീറ്റിത്തെറിച്ച ജലത്തിന്റെ സീൽക്കാരശബ്ദം അവരെ ഭയപ്പെടുത്തിയതായ് തോന്നിയില്ല. ഗിനിപന്നികൾക്കുള്ള ധാന്യം പ്ലാസ്റ്റിക്കുബാഗിൽനിന്നു തീറ്റപാത്രത്തിലേക്കു പകർത്തുന്ന തിരക്കിലായിരുന്നു മാർത്ത. ചുണ്ടിൽ പഴയ സ്തുതിഗീതം തത്തിക്കളിക്കുന്നുണ്ട്.

"I am grateful for the things you have done

Yes, I am grateful for the victories we have won."

കറോറിയിലേക്കു പോകുന്ന ബസ്സ്

ചെറിയൊരു ഇടവേളയ്ക്കുശേഷം വീണ്ടും കണ്ടപ്പോഴാണ് അപ്പന്റെ രണ്ടാംഭാര്യ കാൻസർവന്നു മരിച്ചുപോയ കാര്യം അവൻ പറഞ്ഞത്. വിശ്വസിക്കാൻ പ്രയാസം തോന്നി. ഒരു വർഷംമുമ്പ് മാസ്റ്റർട്ടണിലുള്ള അവരുടെ വീട്ടിൽവച്ച് അവന്റെയൊപ്പം ആദ്യമായി ക്കാണുമ്പോൾ, പ്രായത്തെക്കാൾ ചെറുപ്പം തോന്നിക്കുംവിധം ആരോഗ്യവതിയായിരുന്നു അവർ. അന്ന്, ടറ-റുവമലനിരകളെ അഭിമുഖീകരിച്ചു നിന്നിരുന്ന അവരുടെ വീടിന്റെ പൂന്തോട്ടത്തിൽവച്ചു ഞാൻ പകർത്തിയ കുടുംബചിത്രം പിന്നീട് അവനു മെയിലിൽ അയച്ചുകൊടുത്തിരുന്നു. മുട്ടിന് അല്പംമാത്രം താഴേ ഇറങ്ങിക്കിടന്നിരുന്ന പാവാടയും ടോപ്പുമായിരുന്നു അന്ന് അവരുടെ വേഷം. നാല്പതുകളുടെ തുടക്കംമാത്രം തോന്നിപ്പിക്കുന്ന പ്രസരിപ്പുള്ള ഒരു യുവതിയെപ്പോലെയായിരുന്നു അവർ. എന്നാൽ അപ്പനാകട്ടെ, ഡൊണാൾഡ് ട്രംപിന്റെ മുഖച്ഛായയോടുകൂടിയ അറുപതുകൾ പിന്നിട്ട ഒരാളും. ചിരിക്കുമ്പോൾ, അയാളുടെ നിരതെറ്റിയ വലിയ പല്ലുകൾ വ്യക്തമായി കാണാമായിരുന്നു. അപകർഷബോധം തൊട്ടുതീണ്ടാത്ത, ആത്മവിശ്വാസം അമിതമായി തുളുമ്പുന്ന ചിരിയായിരുന്നു അയാളുടേത്.

"കാൻസർ വകതിരിവില്ലാത്ത കോമാളിയാണ്." ഞാൻ മനസ്സിൽ പിറുപിറുത്തു.

അവരുടെ വീട്ടിൽ അന്തിയുറങ്ങിയ ദിവസം അത്താഴത്തിനു തയ്യാറാക്കിയ ബീഫ്ഷ്നിസ്റ്റലിന്റെയും വെണ്ണയോടൊപ്പം പ്ലേറ്റിൽ നിരത്തിയ പുഴുങ്ങിയ നീലയുരുളക്കിഴങ്ങിന്റെയും രുചി വീണ്ടും നാവിൽ നിറഞ്ഞു.

ഉരുളക്കിഴങ്ങുകൾ അവർതന്നെ കൃഷിചെയ്തുണ്ടാക്കിയതായിരുന്നു. മടിയിലിരുന്ന പൂച്ചയുടെ നെറുകയിൽ ചൊറിഞ്ഞുകൊണ്ട്, അഭിമാനത്തോടെയാണ് അതിനെക്കുറിച്ച് അവർ സംസാരിച്ചത്. പ്രസരിപ്പുള്ള വർത്തമാനം മനസ്സിൽനിന്നു മായുന്നില്ല; ആകർഷണീയമായ ചിരിയും. ആളുകൾ മരിച്ചുകഴിയുമ്പോൾമാത്രമേ അവരെപ്പറ്റി കൂടുതൽ നമ്മൾ ചിന്തിക്കുന്നുള്ളൂ. എന്തൊരു വിരോധാഭാസമാണത്! വാസ്തവത്തിൽ ആ ഒരു ദിവസത്തെ സന്ദർശനത്തിനുശേഷം അവരാരും എന്റെ ചിന്തയിൽ പിന്നീടധികം കടന്നുവന്നിട്ടില്ലായിരുന്നു. അതു മനഃപൂർവ്വമല്ലായിരുന്നു. എന്നാൽ, ഇപ്പോൾ അതിലൊരാൾ മരിച്ചുവെന്നു കേൾക്കുമ്പോൾ, എനിക്കു വല്ലാത്ത വിഷമവും കുറ്റബോധവും തോന്നി. അവനോടു സഹതാപവും.

“അനുശോചനങ്ങൾ ജോൺ. ചിറ്റമ്മയുടെ ആത്മാവ് ശാന്തിയിൽ വിലയിക്കട്ടെ. ഈ വാർത്ത ഉൾകൊള്ളാൻതന്നെ വളരെ പ്രയാസമാണ്.”

ഞാൻ വ്യസനത്തോടെ പറഞ്ഞു.

എന്നാൽ അവന്റെ മുഖത്ത് പ്രത്യേകഭാവങ്ങളൊന്നും എനിക്കു വായിച്ചെടുക്കാൻ കഴിഞ്ഞില്ല. എന്റെ അനുശോചനത്തിനു മറുപടിയെന്നോണം നിസ്സംഗഭാവത്തോടെ ഇത്രമാത്രം അവൻ പറഞ്ഞു:

“ആറുമാസത്തോളം കഴിഞ്ഞു ജോർജ്ജ്. രോഗം അറിഞ്ഞശേഷം രണ്ടു മാസംകൂടിയേ ആയമ്മ ജീവിച്ചിരുന്നുള്ളൂ.”

എന്നാൽ ആ മരണവാർത്ത എന്നിൽ ശരിക്കും ഒരസ്വസ്ഥത സൃഷ്ടിച്ചു. പലതരം ആകുലചിന്തകൾ എന്റെ മനസ്സിലൂടെ കടന്നുപോയി. ഒരു വിഷയമാറ്റത്തിനായ് ഞാൻ അവനോടു കുശലംചോദിച്ചു.

“എങ്ങനെ പോകുന്നു ജോൺ, നിന്റെ കാര്യങ്ങൾ? സുഖംതന്നെയല്ലേ? എത്രയോ നാളുകൾക്കുശേഷമാണ് നമ്മൾ വീണ്ടും കാണുന്നത് അല്ലേ?"

അവനെ കാണുകയോ വിശേഷങ്ങൾ അറിയുകയോ ചെയ്തിട്ട് കുറച്ചു മാസങ്ങൾതന്നെ കഴിഞ്ഞിരുന്നു. വെല്ലിങ്ങ്ടണിൽനിന്നു അപ്പർഹട്ടിലേക്കു വീടു വാങ്ങി താമസം മാറ്റിയതിനുശേഷം ഇടയ്ക്കൊക്കെ ഫോണിൽ സംസാരിച്ചിരുന്നെങ്കിലും വളരെ അപൂർവ്വമായിട്ടേ നേരിട്ടു കാണാൻ കഴിഞ്ഞിരുന്നുള്ളൂ.

എന്റെ അന്വേഷണത്തിന മറുപടിയായ് സ്വതസിദ്ധമായ ശൈലിയിൽ അവൻ ചിരിച്ചു. കടിഞ്ഞാണിട്ടുനിയന്ത്രിച്ച ഒരു ചിരിയാണ വന്റേത്. ആ ചിരിക്ക് അർത്ഥങ്ങൾ പലതുണ്ടെന്ന എപ്പോഴും തോന്നി യിട്ടുണ്ട്. അത്തരത്തിലൊന്ന അവനുമാത്രമേ സാദ്ധ്യമാകൂ എന്നും.

"ഞാനെന്റെ ജീവിതം ജീവിക്കുന്നു." താത്ത്വികമായിരുന്നു മറുപടി.

ഒരർത്ഥത്തിൽ എല്ലാവരും അവരവരുടെ ജീവിതം ജീവിക്കുക യാണ്. പക്ഷേ, അവനതു പറഞ്ഞപ്പോൾ ആ വാക്കുകൾക്ക് ആകാശ ത്തോളം വ്യാപ്തിയും നിർവ്വചനത്തിന വഴങ്ങാത്ത പൊരുളുമുണ്ടെന്നു ഞാൻ തിരിച്ചറിയുകയായിരുന്നു. ചിലരുടെ ജീവിതം നിശ്ചയിക്കപ്പെട്ട അതിരുകൾക്കുള്ളിൽ പൊരുത്തപ്പെടലുകളോടെ മുന്നോട്ടുപോകു മ്പോൾ മറ്റു ചിലരുടെ ജീവിതം മുഴുനീളം അനിശ്ചിതത്വമാണ്.

ഞാൻ ഒരു മൂളലോടെ വെറുതേ തലയാട്ടി. അവനെ കാണാതിരുന്ന നാളുകളിൽ അവനെക്കുറിച്ചുള്ള ചിന്തകൾ എന്റെ മനസ്സിൽ അധികം കടന്നുവന്നിരുന്നില്ല. എന്നാൽ, ഇപ്പോൾ നേരിട്ട് അവനെ കാണുകയും അവന്റെ വാക്കുകൾ കേൾക്കുകയും ചെയ്യുമ്പോൾ, ഒരു സ്നേഹിത നോടുള്ള കടമയെക്കാൾ സഹജീവിയോടുള്ള കടമയെ മറന്നുവെന്ന കുറ്റബോധം എന്നെ അലട്ടി.

അവന്റെ വാക്കുകളെ ഞാൻ ശ്രദ്ധയോടെ കേട്ടുകൊണ്ടിരുന്നു.

"മാസ്റ്റർട്ടണിൽ റെസ്പൈറ്റ്കെയറിൽ കഴിയേണ്ടിവന്നു കുറച്ചു നാൾ. മനസ്സിൽ വൈകാരികമായ കയറ്റിറക്കങ്ങൾ വീണ്ടുമുണ്ടായി. വിഷാദരോഗം ഇഴജീവിയെപ്പോലെയാണ്. സുഖമായപ്പോൾ അപ്പന്റെ ബിസിനസ്സിൽ കുറച്ചുകാലം സഹായിച്ചു. അങ്ങനെ കുറച്ചു കാശു കിട്ടി. ഇനി മുടങ്ങിപ്പോയ പഠനം തുടരണം. അപ്പൻ ഒരു ലോൺകൂടെ തരാമെന്നു പറഞ്ഞിട്ടുണ്ട്."

അവയിൽ പലതും പോസിറ്റീവായ കാര്യങ്ങളായിരുന്നു. തുടർച്ച യായുള്ള അവന്റെ സംസാരത്തിൽ എനിക്കു സന്തോഷം തോന്നി. അവന്റെ തോണി ഇപ്പോഴും ചലിക്കുന്നുണ്ട്. എങ്കിലും സംസാരത്തിൽ നിഴലിച്ചുനിന്ന നിസ്സംഗത കാണാതിരിക്കുവാൻ കഴിഞ്ഞില്ല. അവന്റെ ചാരനിറമുള്ള ചെറിയ കണ്ണുകൾക്കു തിളക്കം തീരേ നഷ്ടപ്പെട്ടിരിക്കു ന്നുവെന്നും ഞാൻ കണ്ടെത്തി. പ്രതീക്ഷകൾ വച്ചുപുലർത്തുമ്പോളും വിഷാദത്തിന്റെ അദൃശ്യമായ വലയത്തിനുള്ളിൽനിന്നു പൂർണ്ണമായ് പുറത്തുകടക്കാൻ അവന് ഇനിയും കഴിഞ്ഞിട്ടില്ലെന്നു എനിക്കു തോന്നി. അവൻ ആരോഗ്യവും ബുദ്ധിയുമുള്ള നല്ലൊരു ചെറുപ്പക്കാരനായിരുന്നു.

മാസ്റ്റർട്ടണിൽ, ബാല്യവും കൗമാരവും ചെലവിട്ട കൊട്ടാരംപോലുള്ള വീട്, റോഡരികിൽനിന്ന അവൻ എന്നെ കാണിച്ചതന്നതോർത്തു. അഞ്ചു പെണ്മക്കൾക്കിടയിൽ ഏക ആൺതരിയായിരുന്ന അവൻ. ഏറ്റവും ഇളയത്. അവനൊഴികെ എല്ലാവരും ഡോക്ടർമാർ. സഹോദരിമാർ ഓരോരുത്തരായ് വീടു വിട്ടതിനുശേഷം അപ്പനും അമ്മയും വേർപിരിഞ്ഞു. അവർ പൊരുത്തപ്പെട്ടുജീവിക്കാൻ കഴിയാത്തവിധം പരസ്പരം അകന്നുപോയിരുന്നത്രേ!

അതിനുശേഷം കുറച്ചുകാലം അവൻ അമ്മയോടൊപ്പമായിരുന്നു. അവന്റെ ഹൈസ്ക്കൂൾ വിദ്യാഭ്യാസം കഴിയാറായപ്പോൾ പൊരുത്തപ്പെടാൻ കഴിയുന്ന വേറേ ഒരു പുരുഷനെ അമ്മ കണ്ടെത്തി, വിവാഹം കഴിച്ചു. അപ്പൻ മറ്റൊരു കുടുംബജീവിതം അതിനുമുമ്പേ തുടങ്ങിയിരുന്നു. അങ്ങനെയാണ് അവൻ വെല്ലിങ്ങ്ടണിൽ എത്തിച്ചേർന്നത്. പാർട്ട്ടൈംജോലിയോടൊപ്പം പഠനവും തുടർന്നു. എപ്പോഴോ വിഷാദം ജീവിതത്തെ ഗ്രസിക്കുവാൻ തുടങ്ങിയപ്പോൾ, പഠനം പാതിവഴിയിൽ നിന്നുപോയി. ജീവിതത്തിന്റെ അതിർത്തികൾ കണ്മുമ്പിൽനിന്ന് അപ്രക്ത്യക്ഷമായി. നിലയില്ലാത്ത വെള്ളത്തിൽ അവന്റെ തോണി നിശ്ചലമായിപ്പോയി. പങ്കായം നഷ്ടപ്പെട്ട തോണിക്കാരനെപ്പോലെയായ് അവൻ.

എന്റെ വീട്ടിലെ എല്ലാവരുടെയും വിശേഷങ്ങൾ അവൻ തിരക്കി. ഇടയ്ക്കെപ്പോഴോ ഞങ്ങളുടെയിടയിൽ വീണ മൗനത്തിന്റെ ചെറിയൊരിടവേളയിൽ ബ്രൂക്ലിൻകുന്നുകൾക്കു മുകളിൽ കൂട്ടമായ് പ്രത്യക്ഷപ്പെട്ട മഴമേഘങ്ങൾ നഗരമദ്ധ്യത്തിലേക്കു നീങ്ങുന്നതു ഞാൻ ശ്രദ്ധിച്ചു. അവ പെട്ടെന്നാണു പ്രത്യക്ഷപ്പെട്ടതും വളർന്നുവലുതായതും. കൈകോർത്തുപിടിച്ചു മുന്നിലൂടെ നടന്നുപോയപോയ മിഥുനങ്ങൾ അല്പം അകലേ പരസ്പരം ആലിംഗനത്തിലാഴ്ന്ന് ദീർഘചുംബനത്തിൽ ഏർപ്പെട്ടിരുന്നു. ഉച്ചത്തിലുള്ള നീണ്ട സൈറൺ മുഴങ്ങിക്കേട്ടു. ഏതോ കപ്പൽ തുറമുഖം വിടാൻ ഒരുങ്ങുകയാണ്. തലയ്ക്കു മുകളിലൂടെ പറന്നുപോയ കടൽക്കാക്കയുടെ നിലവിളി ആ വലിയ മുഴക്കത്തിൽ അലിഞ്ഞുചേർന്ന് അപ്രത്യക്ഷമായി.

പാർലമെന്റ്മന്ദിരമായ ബീഹൈവിന്റെ പിന്നിലെ വലിയ കുന്നിൻചരിവിലെ ഇരുണ്ട പൈൻമരക്കാടുകൾ മഴമേഘങ്ങളുടെ കറുപ്പിൽ പിന്നെയും ഇരുണ്ടുപോയിരുന്നു. ഞാൻ അവന്റെ മുഖത്തേക്കു പെട്ടെന്നു നോക്കി. തുറമുഖത്തുനിന്ന നീണ്ട ഒരു ചൂളംവിളികൂടെ കേട്ടു. ഒരു രൂപവുമില്ലാത്ത ശബ്ദങ്ങളാണ് ഏറ്റവും വാചാലമെന്ന് ആ നിമിഷം തോന്നി.

അവ സൃഷ്ടിക്കുന്ന തരംഗങ്ങൾ എല്ലാ ജീവജാലങ്ങളിലും വ്യത്യസ്തപ്രതി ഫലനങ്ങളുണ്ടാക്കുന്നുണ്ട്.

"മഴ ഉടനെ പെയ്യുന്ന മട്ടുണ്ടല്ലോ."

പാതി ആത്മഗതംപോലെ അവൻ പറഞ്ഞു.

"പെയ്യട്ടേ. പെയ്തിറങ്ങുമ്പോൾ ആകാശം വീണ്ടും തെളിയും. മണ്ണിനും ചെടികൾക്കും വൃക്ഷങ്ങൾക്കും ജീവജാലങ്ങൾക്കും ഉണർവ്വുണ്ടാകും."

അവൻ ആശ്ചര്യത്തോടെ എന്നെ ഒന്നു നോക്കി. ഒന്നും പറഞ്ഞില്ലെ ങ്കിലും എന്തോ മനസ്സിലാക്കിയ ഒരു പുഞ്ചിരി അവന്റെ മുഖത്ത് പതുക്കേ തെളിഞ്ഞു. അങ്ങനെയൊക്കെ പറഞ്ഞുപോയതിൽ ഞാനും അദ്ഭുത പ്പെട്ടുപോയി. എന്താണ് എനിക്ക് അങ്ങനെ പറയാൻ തോന്നിയത്?

അവനെ ആദ്യമായ് പരിചയപ്പെട്ട സന്ദർഭം ഞാൻ ഓർത്തു. വെല്ലി ങ്ടണിൽ എന്റെ വീടിനോടു ചേർന്നുള്ള വലിയ വീടിന്റെ മുകളിലത്തെ നിലയിൽ കുറച്ചു ചെറുപ്പക്കാരുടെ ഒപ്പമായിരുന്നു അവൻ താമസിച്ചിരു ന്നത്. എന്നാൽ, പരിചയപ്പെട്ടത് ഒന്നിച്ചു ബസ്സിറങ്ങി വീട്ടിലേക്കു നടന്ന മറ്റൊരു ദിവസമായിരുന്നു. പിന്നീടൊരിക്കൽ വീശിയടിച്ച കാറ്റിൽ, താഴേ റോഡിലെവിടേക്കോ പറന്നുപോയ പച്ചനിറമുള്ള ചെറിയ റീസൈക്കിൾബിൻ കണ്ടിരുന്നോ എന്നു ചോദിക്കാൻ അവൻ എന്റെ വാതിലിൽ മുട്ടിവിളിച്ചു. മറ്റുള്ളവരിൽനിന്നു വ്യത്യസ്തമായ എന്തോ ഒന്ന് അവന്റെ സംസാരത്തിൽ തുടക്കംമുതൽ തോന്നിയിരുന്നു. ധൃതി യില്ലാത്ത സംസാരം; ശുദ്ധിയുള്ള ഉച്ചാരണം; സൗമ്യമായ ഭാവങ്ങൾ; അവന്റെ ഇടപെടൽ വ്യത്യസ്തമായിരുന്നു. എനിക്കാണെങ്കിൽ അക്കാ ലത്തു വെള്ളക്കാരായ സുഹൃത്തുക്കളാരും ഉണ്ടായിരുന്നുമില്ല. അങ്ങനെ പരിചയം സൗഹൃദമായ് വളരുകയായിരുന്നു.

അവന്റെ വിഷാദരോഗത്തെക്കുറിച്ചു പിന്നീടാണറിഞ്ഞത്. ഒരു വിഷാദരോഗി കടന്നുപോകുന്ന അവസ്ഥകൾ അവനിലൂടെയാണ് ഞാൻ മനസ്സിലാക്കിയത്. രോഗത്തിന്റെ മൂർദ്ധന്യാവസ്ഥയിൽ പലത രത്തിലുള്ള വിഭ്രമക്കാഴ്ചകൾ അവൻ കണ്ടു. ചിലപ്പോൾ അവന്റെ തലയിൽ വലിയ വൃക്ഷങ്ങൾ മുളച്ചുപൊന്തി; വേരുകളാഴ്ത്തി; ശാഖകൾ വിടർത്തി. അവയുടെ ശിഖരങ്ങളിൽ പക്ഷികൾ കൂടുവച്ചു മുട്ടയിട്ട് കുഞ്ഞു ങ്ങളെ വിരിയിച്ചു. പറക്കാൻ പ്രായമാകുംമുമ്പേ വടക്കൻകാറ്റിലോ തെക്കൻകാറ്റിലോ കൂടിളകി, കുഞ്ഞുങ്ങൾ താഴേക്കു വീണു; പറക്കാൻ പ്രാപ്തിയാകാത്ത ചിറകുകൾ വെറുതേ നിലത്തിട്ടടിച്ചു.

ഒരിക്കൽ അവൻ തെരുവിലേക്കിറങ്ങി. അപ്പോൾ അവനൊരു ശമരിയാക്കാരനായിമാറിയിരുന്നു. വഴിയിൽ കണ്ടവരൊക്കെ മുറിവേറ്റവരായിരുന്നു. അവരുടെ മുറിവുകൾ വച്ചുകെട്ടണമെന്നും അവരെ ആശ്വസിപ്പിക്കണമെന്നും ആശുപത്രിയിലാക്കി പരിചരണത്തിന് ഏല്പിക്കണമെന്നും അവനു തോന്നി. അവരെ അവൻ സമീപിച്ചു; അനുതപിച്ചു.

"അയ്യോ! നിങ്ങളെ ആരോ മുറിവേല്പിച്ചല്ലോ? ചോര കിനിയുന്നു. നോക്കട്ടെ. ഞാനവയെ ഒന്നു വച്ചുകെട്ടട്ടേ? ചതവുകൾ നീലിച്ചുപോയി. കഷ്ടം! ആരാണിതു ചെയ്തത്? എന്താണ് എല്ലാവരും മാറിപ്പോകുന്നത്? പോകരുതേ. ഞാനാ മുറിവുകൾ ഒന്നു വച്ചുകെട്ടട്ടേ?"

പിന്നീടു കുറച്ചുകാലം ഹോസ്പിറ്റലിൽ. വീണ്ടും റെസ്പൈറ്റ്കെയറിൽ. ഇടവേളകളിലെ ആവർത്തനങ്ങൾ, അണപൊട്ടലുകൾ.

ആദ്യകാലങ്ങളിൽ, മനസ്സ് സ്വസ്ഥമായ ഇടവേളകളിൽ സന്യാസിയായ് ദൈവശുശ്രൂഷചെയ്യണമെന്ന് അവൻ ആഗ്രഹിച്ചിരുന്നു. ആ ചിന്ത ആത്മാർത്ഥമായിരുന്നു. പക്ഷേ, സഭയ്ക്ക് ഊനമുള്ള ഒരു കുഞ്ഞാടിനെ ആവശ്യമില്ലായിരുന്നു.

ഒഴിവുകിട്ടിയ സന്ദർഭങ്ങളിൽ, ഗോൾഫ്ക്ലോഴ്സിലും ഡ്രൈവിംഗ്റേഞ്ചിലുമെല്ലാം ഞാൻ അവനോടൊപ്പം കൂട്ടുപോയി. എന്റെ സൌഹൃദം അവൻ ഇഷ്ടപ്പെടുന്നുണ്ടെന്നു തോന്നി. പലപ്പോഴും ഒന്നിച്ചുനടന്നു; സംസാരിച്ചു. ചിലപ്പോളൊക്കെ എന്റെ വീട്ടിലേക്കു ക്ഷണിച്ച് ആഹാരം വിളമ്പി.

പിന്നീടു ജീവിതത്തിന്റെ തിരക്കിൽ ഞാൻ ഒഴുകിപ്പോയി.

നാളുകൾക്കുശേഷം അവനെ കണ്ടതിലുള്ള സന്തോഷം എനിക്കുണ്ടായിരുന്നു. അവൻ കറോറിയിലേക്കുള്ള നമ്പർ മൂന്നു ബസ്സ് കാത്തുനില്ക്കുകയായിരുന്നു. ഞാൻ റയിൽവേസ്റ്റേഷനിൽനിന്നു മീൽബ്രേക്കിനു റെസ്റ്റോറന്റിലേക്ക് ഒരു പാർസൽ അയയ്ക്കാൻ പോകുന്നവഴിയും. അവന്റെ ബസ്സ് വരാനുള്ള സമയമായിരുന്നു. പാർലമെന്റ്മന്ദിരത്തിലേക്കു കയറിപ്പോകുന്ന വിശാലമായ പടികൾക്കിരുവശവുംനില്ക്കുന്ന 'ഗോൾഡൻഎൽമ്' മരങ്ങളിൽനിന്ന് ഇലകൾ കാറ്റത്തു പൊഴിഞ്ഞുവീണുകൊണ്ടിരുന്നു. ധൃതിയിൽ ലക്ഷ്യങ്ങളിലേക്കു നടന്നുപോകുന്ന മനുഷ്യർ. പാഞ്ഞുപോകുന്ന വാഹനങ്ങൾ. ആലിംഗനബദ്ധരായ്നിന്നിരുന്ന മിഥുനങ്ങൾ ചുംബനശേഷം വഴിപിരിഞ്ഞ്, അവരുടെ ലക്ഷ്യങ്ങളിലേക്കു പോയ്ക്കഴിഞ്ഞിരുന്നു.

പിരിയുംമുമ്പ് ഓർമ്മയിൽ തികട്ടിവന്ന ഒരു കാര്യംകൂടെ ചോദിക്കാതിരിക്കാൻ എനിക്കു കഴിഞ്ഞില്ല.

“ആ പൂച്ച? അതിനെ എന്തു ചെയ്തു?”

അവന്റെ രണ്ടാനമ്മയുടെ പൂച്ചയെക്കുറിച്ചായിരുന്നു ഞാൻ ചോദിച്ചത്. അത് അവരുടെ ഓമനമൃഗമായിരുന്നു.

“ഓ, അതോ? അപ്പൻ അതിനെ മൃഗസംരക്ഷണകേന്ദ്രത്തിൽ ഏല്പിച്ചു.”

പൂച്ചയുടെ കാര്യം ചോദിക്കാൻ ഒരു കാരണംകൂടെയുണ്ടായിരുന്നു. മാസ്റ്റർട്ടണിൽ അവന്റെ അപ്പന്റെ വീട്ടിൽ തങ്ങിയ ദിവസം, അത്താഴശേഷം കിടക്കാൻനേരം കിടപ്പുമുറിയിലേക്ക് ആ പൂച്ചയെയാണ് അവന്റെ രണ്ടാനമ്മ കൂടെക്കൂട്ടിയത്. അവർ അതിനെ ലാളിക്കുകയും അരുമയോടെ കൊഞ്ചിക്കുകയുംചെയ്യുന്നതു ഞാൻ കണ്ടിരുന്നു. അപ്പൻ മറ്റൊരു മുറിയിൽ തനിയേ കിടന്നു. ആ പൂച്ചയോട് അയാൾക്കു തീർച്ചയായും കടുത്ത അസൂയയുണ്ടായിരുന്നിരിക്കുമെന്നു അന്നെനിക്കു തോന്നിയിരുന്നു.

“ഉവ്വോ? ഞാൻ വിചാരിച്ചു, അതിപ്പോളും ആ വീട്ടിൽത്തന്നെ ചുറ്റിപ്പറ്റിയുണ്ടാവുമെന്ന്.”

കറോറിയിലേക്കുള്ള മൂന്നാം നമ്പർ ബസ്സ് വളവു തിരിഞ്ഞുവരുന്നതു ഞാൻ കണ്ടു. അവനും കണ്ടുകാണണം.

“ഇനി കാണുമ്പോൾ അപ്പനോട് എന്റെ അന്വേഷണവും അനുശോചനവും അറിയിക്കാൻ മറക്കരുത് കേട്ടോ.”

പിരിയുംമുമ്പ് ഞാൻ ഓർമ്മിപ്പിച്ചു.

“ഓ, അതു പറയാൻ മറന്നു.”

അവന്റെ മുഖത്ത് പെട്ടെന്നൊരു അസാധാരണ ചിരി വിരിഞ്ഞു.

“അപ്പൻ വീണ്ടും കല്യാണം കഴിച്ചു. കഴിഞ്ഞ യൂറോപ്യൻയാത്രയിൽ ട്രെയിനിൽവച്ചു പരിചയപ്പെട്ട ഒരു സ്ത്രീയാണ് പുതിയ ഭാര്യ. അവർക്കും ഒരു പൂച്ചയുണ്ട്.”

“ആഹാ! അതു കൊള്ളാമല്ലോ.”

ഞാൻ അറിയാതെ അല്പമുറക്കെ ചിരിച്ചുപോയി.

ബസ്സ് എത്തിക്കഴിഞ്ഞിരുന്നു. പരസ്പരം കൈവീശിപ്പിരിയുമ്പോൾ ഞാൻ ജാള്യത്തോടെ ഓർത്തു, എന്റെ ചിരി അവന് അനുചിതമായി ത്തോന്നിയോ? മഴത്തുള്ളികളോടുകൂടിയ ഒരു കാറ്റ് വീശിക്കടന്നുപോയി. ബസ്സ് പോയ ദിശയിലേക്കു നോക്കി, ചില നിമിഷങ്ങൾകൂടെ ഞാൻ അവിടെത്തന്നെ നിന്നു. പിന്നെ, തിടുക്കത്തിൽ പോസ്റ്റോഫീസിലേക്കു നടന്നു.

നിഴൽ

ഇന്ന് ഉയിർപ്പിന്റെ രാത്രിയാണ്.

മേശപ്പുറത്ത് എരിഞ്ഞുകൊണ്ടിരുന്ന മെഴുകുതിരിനാളത്തിന്റെ ചലനങ്ങളിലേക്ക് അവൾ നോക്കി; പിന്നെ ഭിത്തിയിലെ നിഴലിലേക്കും.

ഉപവാസത്തിന്റെ നാല്പതു നാളുകൾ ഒരിക്കലും അവൾ മുടക്കിയിട്ടില്ല. ശരീരത്തിന്റെ ഇച്ഛകളെ അടിച്ചമർത്താനും ധർമ്മപ്രവർത്തികൾ ചെയ്യാനും സ്വയം ത്യജിക്കലിന്റെ ലാളിത്യത്തിലേക്കു പരിവർത്തനം ചെയ്യാനും അവൾക്ക് എളുപ്പം കഴിയുമായിരുന്നു.

പക്ഷേ,

“ഇല്ല. എന്തുകൊണ്ടോ അതിനുമാത്രം ഇനിയും കഴിഞ്ഞിട്ടില്ല.”

അവൾ ചിന്തിച്ചു. ജലത്തിന്റെ നൈർമ്മല്യമാണ് ജീവിതത്തിൽ എന്നും ആഗ്രഹിച്ചത്. സഹനത്തിന്റെ മാർഗ്ഗം വിസ്മരണത്തിന്റേതുകൂടെയാണെന്നു കരുതി. പക്ഷേ, കാലം അതു തെറ്റെന്നു പറയുകയായിരുന്നു. ക്ഷമ നല്കുന്ന സൗഖ്യത്തെ അവൾ വല്ലാതെ കൊതിച്ചു. അപ്പോഴൊക്കെ ഭൂതകാലം നോക്കി പല്ലിളിച്ചു.

അങ്ങനെയാണ് നെറ്റിയിലെ തിണർത്ത മുറിപ്പാടിന്റെ മിനുസം വിരലുകൾ ഇഷ്ടപ്പെട്ടു തുടങ്ങിയത്. ‘അവന്റെ ദേഹം ഉഴവുചാലുകൾ പോലേ കീറി’ എന്ന ദൈവവചനം വായിക്കുമ്പോഴൊക്കെ പീഡനത്തിന്റെ ആ മുദ്രയിൽ അവൾ വിരലുൾ തടവിയോടിച്ചു.

ഓർമ്മകളുടെ തിരതള്ളലിൽ, അലസിപ്പോയ ഭ്രൂണത്തിന്റെ നിലയ്ക്കാത്ത നിലവിളി വീണ്ടുംവീണ്ടും ഉച്ചസ്ഥായിയിലായി അലോസരപ്പെടുത്തി.

തറയിൽ തളംകെട്ടികിടന്ന രക്തത്തിന്റെ കാഴ്ച നിഴൽനൃത്തമാടി, ഗൂഢസ്മിതം തൂകി.

തനിയാവർത്തനത്തിന്റെ എത്രയെത്ര ദിനരാത്രങ്ങൾ. ഭർത്തൃപീഡനത്തിന്റെ കൊടിയ ഓർമ്മകൾ അവളെ എപ്പോഴും ഞെരുക്കിക്കൊണ്ടിരുന്നു.

ഉപബോധമനസ്സിന്റെ ഓർമ്മകളെ മരിപ്പിക്കാൻ ഒരിക്കലും കഴിയില്ലെന്ന് അങ്ങനെ അവൾ തിരിച്ചറിയുകയായിരുന്നു. വനാന്തരത്തിൽ അകപ്പെട്ടുപോയ കൊച്ചുകുട്ടിയുടെ നിസ്സഹായാവസ്ഥയിൽ പിണച്ചുവച്ച കൈകളിൽ തലവച്ചവൾ കേണു:

“എനിക്ക് ഇനിയും മറക്കാൻ കഴിയുന്നില്ലല്ലോ ദൈവമേ!”

പിന്നീടെപ്പോഴോ, തലയുയർത്തിനോക്കിയപ്പോൾ ഭിത്തിയിലെ നിഴലിൽ കണ്ണുകൾ വീണ്ടും തടഞ്ഞു. നിഴലുകളെയാണ് അവൾ എപ്പോഴും ഭയപ്പെട്ടിരുന്നത്. ജീവിതത്തിൽ വെളിച്ചമെന്നു കരുതിയിടത്തൊക്കെയും നിഴലുകളുടെ വിളയാട്ടമായിരുന്നു. കരങ്ങൾ കോർത്തുപിടിച്ച് അകന്നുപോകുന്ന അമൂർത്തങ്ങളായ രണ്ടു നിഴലുകൾ, അവളുടെ ഓർമ്മകളെ കുത്തിനോവിക്കുകയും ഭയപ്പെടുത്തുകയുംചെയ്തു. രാത്രികാലസ്വപ്നങ്ങളിൽ മുഖംമൂടിയണിഞ്ഞ ആ നിഴലുകൾ അവളുടെ മുമ്പിൽ പേക്കൂത്താടി, അട്ടഹസിച്ചുകൊണ്ടിരുന്നു.

നിഴലുകളുടെ ഇരുട്ടിന്മേൽ വെളിച്ചം വിജയക്കൊടി നാട്ടിയ ഉയിർപ്പിന്റെ ഈ രാത്രിയും അവൾ അസ്വസ്ഥയായിരുന്നു. പതിവുപോലേ അവൾ മുമ്പിലിരുന്ന ബൈബിൾ തുറന്നു.

ജോൺ 20:7 “അവന്റെ തലമൂടിയ വസ്ത്രം മറ്റുവസ്ത്രങ്ങളിൽനിന്നു മാറ്റി മടക്കിവച്ചിരുന്നു.”

ആ വാക്യത്തിന്റെ അകംപൊരുളിനെക്കുറിച്ച് അവൾക്ക് നല്ല തിട്ടമുണ്ടായിരുന്നു. അച്ചൻ പ്രസംഗിച്ചുകേട്ട ഓർമ്മയിൽ ആ വാക്യം വീണ്ടും വായിച്ചു.

“നല്ല തച്ചൻ പണി പൂർത്തിയാക്കി, പണിക്കുറ്റിന്മേൽ മേൽവസ്ത്രം മടക്കിവച്ചിരിക്കുന്നു.”

ചെത്തിമിനുക്കലുകളുടെ ഉളിവീശലുകൾ പൂർത്തിയായിക്കഴിഞ്ഞു എന്നർത്ഥം. മരം ഇനി അതിന്റെ വേദനകളെ ഓർക്കുകയില്ല. അതു മൂല്യമുള്ള ഉരുപ്പടിയായ് ഉടമയ്ക്കു സ്വന്തമായ് കഴിഞ്ഞിരിക്കുന്നു. ഒരു നിമിഷം, ഹൃദയത്തിലൂടെ വെളിച്ചത്തിന്റെ മിന്നൽ പാഞ്ഞുപോയത് അവളറിഞ്ഞു. വെളിപാടിന്റെ വെളിച്ചം. ആളുന്ന

മെഴുകുതിരിനാളത്തിലേക്ക് അവൾ ഒന്നുകൂടെ നോക്കി. പിന്നെ, ഭിത്തിയിലേക്കും. വെളിച്ചത്തിനു നിഴലില്ല എന്ന് അപ്പോൾമാത്രമാണ് അവൾ തിരിച്ചറിഞ്ഞത്. അതുവരെ കണ്ട നിഴൽ മെഴുകുതിരിയുടേതു മാത്രമായിരുന്നു.

അവൾക്ക് വിട്ടുതൽ തോന്നി, ആശ്വാസവും.

സ്റ്റേഷൻമാസ്റ്റർ

ഈ കഥയ്ക്കാധാരമായ കാര്യങ്ങൾ നടന്നത് പതിമൂന്നു വർഷങ്ങൾക്കുമുമ്പാണ്. കഥയിലെ പ്രധാന കഥാപാത്രത്തിനു ചില സവിശേഷതകളുണ്ട്. ആ സവിശേഷതകൾതന്നെയാണ് ഈ കഥയുടെ പ്രത്യേകതയും. അതെന്താണെന്നറിയാൻ നിങ്ങൾ ക്ഷമയോടെ അവസാനംവരെ കാത്തിരിക്കേണ്ടിവരും. ഇന്നത്തെ ലോകം കൗശലക്കാരുടേതാണ്. അത്തരക്കാർക്കേ നിലനില്പുള്ളൂ. ഇന്നത്തെ സാഹിത്യലോകത്തിന്റെ പോക്കും വ്യത്യസ്തമല്ല. അപ്പോൾപ്പിന്നെ കൗശലംമാത്രം അസംസ്കൃതവസ്തുവാക്കിക്കൊണ്ട് ഒരു കഥയെഴുതിക്കൂടേ എന്ന വിപരീതചിന്തയാണ് ഈ കഥയെഴുതാനുള്ള എന്റെ പ്രചോദനം.

ഇനി നിങ്ങൾ കഥ കേൾക്കൂ. എന്നിട്ട് തീരുമാനിക്കൂ. ഈ കഥയെഴുതിയ കുറ്റത്തിനു ഞാൻ ശിക്ഷിക്കപ്പെടേണ്ടതുണ്ടോ ഇല്ലയോ എന്ന്.

വെല്ലിങ്ടൺ സെൻട്രൽറയിൽവേസ്റ്റേഷനിൽനിന്നു ജോൺസൺവില്ലിലേക്കുള്ള യാത്ര കുന്നിൻമുകളിലേക്കുള്ള കയറ്റമാണ്. തുടക്കത്തിലേ കുറച്ചു ദൂരം പിന്നിട്ടാൽ പിന്നെ കയറ്റം തുടങ്ങുകയായി. മല തുരന്നുള്ള ആദ്യത്തെ തുരങ്കത്തിനുമുമ്പുതന്നെ വശങ്ങളിൽ വളർന്നുമുറ്റിയ കുറ്റിച്ചെടികൾ, അതുവരെ കാണിച്ചുതന്ന വെല്ലിങ്ടൺതുറമുഖത്തിന്റെ സമൃദ്ധമായ കാഴ്ചകളെ തടയാൻ തുടങ്ങും. പിന്നീടു ചെറിയചെറിയ തുരങ്കങ്ങൾ പിന്നിട്ട്, മലയിടുക്കുകളിലൂടെയും ചെരുവിലൂടെയും യാത്ര ചെയ്താണ് ട്രെയിൻ ആദ്യസ്റ്റേഷനായ ക്രോഫ്റ്റൺഡൗണിൽ എത്തിച്ചേരുന്നത്.

ഞാൻ പറയാൻ പോകുന്ന കഥ തുടങ്ങുന്നത് ഇവിടെ ഈ സ്റ്റേഷനിൽ നിന്നുമാണ്.

പതിമൂന്നു വർഷങ്ങൾക്കുമുമ്പ് ഇതുപോലൊരു യാത്രയിൽ, ഈ സ്റ്റേഷനിൽവച്ചായിരുന്നു കഥാനായകനായ സ്റ്റേഷൻമാസ്റ്ററെ ഞാൻ ആദ്യമായ് പരിചയപ്പെട്ടത്. നാലാളറിയുന്ന ആളാണെന്ന് ഡൊമീനിയൻപോസ്റ്റ്പത്രത്തിൽ വന്ന ചിത്രങ്ങളടങ്ങിയ ഒരു ലേഖനത്തിൽ നിന്നാണ് ഞാൻ ആദ്യം മനസ്സിലാക്കിയത്. പിന്നീട് കുറച്ചൊക്കെ മറ്റുള്ളവർ പറഞ്ഞുകേട്ടും അറിയാനിടയായി. സാധാരണക്കാരനല്ലാത്തതിനാൽ ആദ്യമായ് കണ്ടപ്പോൾ പരിചയപ്പെടണമെന്ന് എനിക്കും തോന്നി. എല്ലാവരും ചെയ്യുന്ന കാര്യംതന്നെ.

പക്ഷേ, സായിപ്പുമാരുടെ നാട്ടിൽ ചിലർക്കെങ്കിലും തവിട്ടുനിറത്തോട് അത്ര മതിപ്പില്ലെന്ന് എനിക്കറിയാമായിരുന്നു. ആ ഇഷ്ടക്കേടു നമ്മൾ ഇന്ത്യക്കാർ കാണിക്കുന്നത്ര വ്യക്തമായ് അവർ പുറത്തേക്കു കാണിക്കില്ലെന്നുമാത്രം.

ആ ധൈര്യത്തോടെയാണ് ചിരിച്ചുകൊണ്ടു ഗ്രീറ്റിംഗ്സ് പറഞ്ഞ്, പരിചയം സ്ഥാപിച്ചെടുക്കാൻ തുനിഞ്ഞത്. എന്തായാലും പ്രതികരണം വിചാരിച്ചതിലും സൗഹാർദ്ദപരമായിരുന്നു. ആളേതായാലും അത്ര വർഗ്ഗവിരോധിയല്ലെന്നു തെളിഞ്ഞു.

പച്ചനിറമുള്ള തിളങ്ങുന്ന കണ്ണുകൾകൊണ്ടുള്ള ഉഴിഞ്ഞുനോട്ടത്തിൽ എനിക്കു പ്രത്യേകിച്ച് അപാകതയൊന്നും തോന്നിയതുമില്ല. (അത് ആദ്യമായ് ആരെയെങ്കിലും പരിചയപ്പെടുന്ന സന്ദർഭത്തിൽ അവരറിയാതെ ഞാനും ചെയ്യാറുണ്ട്). പക്ഷേ, മൂക്കു വിടർത്തിയുള്ള ചെറിയ ശ്വസനാഭ്യാസം എനിക്കത്ര പിടിച്ചില്ലെന്നു പറയട്ടെ. തവിട്ടുനിറം കൂടുതലുള്ളവർക്കെന്താ പ്രത്യേകിച്ചു മണം വല്ലതുമുണ്ടോ എന്നാണ് ഞാൻ ദേഷ്യത്തോടെ അപ്പോൾ ചിന്തിച്ചത്.

സായിപ്പിന്റെ വിയർപ്പുമണവും വായ്നാറ്റവും മറ്റുള്ളവരുടേതിൽനിന്ന് ഒട്ടും വ്യത്യസ്തമല്ലെന്ന് എന്നെക്കാളും നന്നായ് അറിയാവുന്ന മറ്റാരാണുള്ളത്? തിരക്കുള്ള ട്രെയിനിൽ യാത്രക്കാരുടെ ഇടയിലൂടെ നൂഴ്ന്നുകടന്നുപോകുന്ന എന്നേക്കാൾ - ക്ഷമിക്കണം, ഞാൻ ഒരു ട്രയിൻഗാർഡാണെന്നു പറയാൻ മറന്നു - അക്കാര്യം ഉറപ്പിച്ചുപറയാൻ മറ്റാർക്കെങ്കിലും കഴിയുമോ? സ്ഥിരയാത്രക്കാരനായ 'പോസ്റ്റി', ഗാരി കുടിച്ചുതീർത്ത കപ്പുച്ചിനോയുടെ അവസാനപതയും ഗ്ലാസ്സിൽനിന്നു വടിച്ചെടുത്ത്, വിരൽ നക്കിത്തുവർത്തുമ്പോൾ എനിക്കു പലപ്പോഴും മനംപിരട്ടിയിട്ടുണ്ട്. അയാൾ അങ്ങനെ ചെയ്യുമ്പോഴൊക്കെ ഞാൻ മനഃപൂർവ്വമായ്

പുറത്തേക്കു കണ്ണുനട്ടിരിക്കുകയാണ് പതിവ്. എന്തിനധികം പറയണം, ഇക്കഴിഞ്ഞ ദിവസമാണ് എഴുപതു കഴിഞ്ഞ ഒരമ്മച്ചി പൂച്ചയുടെമാത്രം വലുപ്പമുള്ള ഒരു ചുവാവനായക്കുട്ടിയെ അവരുടെ തുകൽസഞ്ചിയിൽ തിരുകി വണ്ടിയിൽ കയറിയത്. അതിനെ മടിയിലിരുത്തി ലാളിക്കു മ്പോൾ, പ്രത്യുപകാരമായ് അവരുടെ മുഖത്തും ചുണ്ടുകളിലും പതിയുന്ന അതിൻറെ രസനസ്പർശനങ്ങൾ എന്നിൽ അറപ്പുളവാക്കിയിരുന്നു. പുറത്തേക്ക് ഉന്തിനില്ക്കുന്ന, ഗോലികൾപോലുള്ള കണ്ണുകൾകൊണ്ട് ഇടയ്ക്കിടെ ആ ജീവി എന്നെ നോക്കുമ്പോൾ, ഞാൻ വെപ്രാളപ്പെട്ട് ദൃഷ്ടി മറ്റു വല്ലിടത്തേക്കും തിരിച്ചുവിട്ടുകൊണ്ടിരുന്നു.

പറയാനാണെങ്കിൽ ഇനിയുമേറെയുണ്ട്. ചുരുക്കിപ്പറഞ്ഞാൽ സ്റ്റേഷൻമാസ്റ്ററുടെ മണംപിടിത്തം എനിക്കത്ര ഇഷ്ടപ്പെട്ടില്ല. എങ്കിലും ഞാനതു കണ്ടില്ലെന്നു നടിച്ചു. ചിലരെയൊക്കെ പിണക്കാതെയും നോക്കണമല്ലോ.

സ്റ്റേഷനിൽ ട്രെയിൻ നിറുത്തിയ അല്പസമയംമാത്രമേ ആദ്യദിവസം പരിചയപ്പെടാൻ ലഭിച്ചുള്ളൂ. എങ്കിലും പിന്നീടു പല സന്ദർഭങ്ങളിലായ് ഞങ്ങൾ കൂടുതൽ അടുത്തു. ഞാനാണ് ട്രെയിനിലെന്നറിഞ്ഞാൽ സ്റ്റേഷൻമാസ്റ്റർ അടുത്തേക്കുവരും. പിന്നെ ട്രെയിൻ പുറപ്പെടുന്ന തുവരെ ഞങ്ങൾ സൗഹൃദം പങ്കുവയ്ക്കും. ഇതിങ്ങനെ നീണ്ട നാളുകൾ തുടർന്നുപോന്നു. വ്യത്യസ്ത'വർഗ്ഗത്തിൽ'പ്പെട്ടവർ എന്ന ചിന്തയൊന്നും ഇക്കാലത്തു ഞങ്ങളെ ഒരിക്കലും ഭരിച്ചിരുന്നില്ല. ഇതിനിടയിൽ പാർല മെൻ്റ്കെട്ടിടത്തിലെ ടൂർഗൈഡായ, സുന്ദരിയായ യാത്രക്കാരിയുമായ് സ്റ്റേഷൻമാസ്റ്റർ അല്പം അടുപ്പംസ്ഥാപിച്ചതുമാത്രമാണ് എന്നിൽ അസൂയ നിറഞ്ഞ ചെറിയ അനിഷ്ടമുണ്ടാക്കിയത്.

ഉള്ളതു പറയണമല്ലോ, സുന്ദരിയോടു കുറച്ച് അമർഷവും തോന്നാതി രുന്നില്ല. തൊട്ടും പിടിച്ചുമുള്ള നില്പും തലോടലും പിന്നെയൊരു കൊക്കു രുമ്മലും! എന്തിനേറെ, എനിക്കതു തീരേ പിടിച്ചില്ലതന്നെ. നാണമില്ലാ ത്ത വർഗ്ഗം! അസൂയയുടെ പാരമ്യത്തിൽ ഞാൻ എന്നോടുതന്നെ ആ നാളുകളിൽ കലഹിച്ചുകൊണ്ടിരുന്നു. ഇടയ്ക്കൊക്കെ അപകർഷബോധ ത്തിൻ്റെ പൊള്ളുന്ന ചൂടിൽ ഞാൻ സ്വയം ചോദ്യങ്ങൾ ചോദിച്ചു. അല്ലാ, എനിക്കെന്താണൊരു കുറവ്? നിറം തവിട്ടാണെങ്കിലും സുന്ദരനല്ലേ? ടിക്കറ്റു കൊടുക്കുമ്പോൾപോലും വിരൽത്തുമ്പിൽ ഒരിക്കലെങ്കിലും ഒന്നു തൊടാൻ മിനക്കെടാത്തവളാണ്.

എങ്കിലും ഈ കൊതിക്കെറുവൊന്നും ഞാൻ പുറത്തേക്കു കാണി ച്ചതേയില്ല. അങ്ങനെയൊന്നുണ്ടെന്ന് എൻ്റെ മനസ്സ് സമ്മതിച്ചതുമില്ല.

എന്റെയുള്ളിലെ പല്ലുകടിയൊന്നും മനസ്സിലാക്കാതെ അവരുടെ സല്ലാപം പിന്നെയും പതിവുപോലെ തുടർന്നുപോന്നു. ഇങ്ങനെയൊക്കെയാണെങ്കിലും സ്റ്റേഷൻമാസ്റ്റർക്ക് എന്നോടുള്ള പഴയ അടുപ്പത്തിനു തരിമ്പും കുറവൊന്നുമുണ്ടായിരുന്നില്ല എന്നുകൂടെ എടുത്തുപറയട്ടെ.

അങ്ങനെയിരിക്കെ ചാറ്റൽമഴയുള്ള ഒരു ദിവസം സുന്ദരനായ ഒരു ചെറുപ്പക്കാരൻ നായിയോസ്റ്റേഷനിൽ വണ്ടിയിറങ്ങി. അയാൾമാത്രമേ ആ സ്റ്റേഷനിൽ അന്നിറങ്ങാനുണ്ടായിരിന്നുള്ളൂ. ഡോർ തുറക്കുന്നതിനുമുമ്പേതന്നെ, പ്ലാറ്റ്ഫോംബെഞ്ചിലിരിക്കുന്ന സ്റ്റേഷൻമാസ്റ്ററെ ഞാൻ വിൻഡോസ്ക്രീനിലൂടെ കണ്ടിരുന്നു. മഴ നനഞ്ഞ് അയാളുടെ അടുക്കലേക്ക് ഓടിയടുക്കുന്ന സ്റ്റേഷൻമാസ്റ്ററെ കണ്ടപ്പോൾ ഞാൻ അദ്ഭുതത്തോടെ നോക്കിനിന്നു. തുടർന്ന് ചില നിമിഷങ്ങൾ സുന്ദരിയായ പാർലമെന്റ്ഗൈഡുമായുള്ള പ്രേമപ്രകടനങ്ങളുടെ തനിയാവർത്തനത്തിനു ഞാൻ മൂകസാക്ഷിയായി. എന്റെ പുരികങ്ങൾ വില്ലുകുലച്ച്, സംശയവിചാരങ്ങളുടെ അമ്പുകൾ തുടരത്തുടരെ എയ്തുകൊണ്ടിരുന്നു. സ്റ്റേഷനതിർത്തിയോടുചേർന്നുള്ള ഒരു വീടിന്റെ പൂമുഖത്തേക്കുള്ള പടികൾ, അവർ തൊട്ടുരുമ്മി കിന്നാരം പറഞ്ഞ് കയറിപ്പോകുമ്പോൾ എന്റെ ചൂണ്ടാണിവിരൽ മൂക്കിൻതുമ്പിൽ അതിശയംകുറി ഇരിപ്പുറപ്പിച്ചു കഴിഞ്ഞിരുന്നു. അന്നു സ്റ്റേഷൻമാസ്റ്റർ എന്നെ കണ്ടതായ് നടിച്ചില്ലെങ്കിലും പരിഭവം തോന്നിയില്ല. മാത്രമല്ല, ലവലേശം അസൂയതീണ്ടാത്ത നിഷ്കളങ്കമായ ഒരു ചിരി എന്റെ ചുണ്ടിൽ വിരിയുകയുംചെയ്തു. പിന്നെ കുറച്ചു നാളുകൾക്കുശേഷം സ്റ്റേഷൻമാസ്റ്റർ എന്നന്നേക്കുമായ് അപ്രത്യക്ഷനായി. എവിടേക്കു പോയ് എന്ന് എനിക്കു യാതൊരു ധാരണയുമില്ലായിരുന്നു. പോകുമെന്നൊരു സൂചന മുമ്പു ലഭിച്ചതുമില്ല.

അപ്പോഴും ട്രെയിനിൽ യാത്ര തുടർന്നുകൊണ്ടിരുന്ന പാർലമെന്റ്ടൂർ ഗൈഡിനോട് ഒരു ദിവസം ആകാംക്ഷ അടക്കാൻവയ്യാതെ ഞാൻ ചോദിച്ചു.

"ആ സ്റ്റേഷൻമാസ്റ്ററെ ഇപ്പോൾ കാണുന്നില്ലല്ലോ? നിങ്ങൾതമ്മിൽ വല്യ ലോഹ്യത്തിലായിരുന്നല്ലോ?"

സുന്ദരി ഹൃദ്യമായ് ചിരിച്ചു.

"ശരിയാണ്. അതിന്റെ യജമാനൻ കുറച്ചു നാളുകൾക്കുമുമ്പ് വീടു വിറ്റ് മറ്റൊരിടത്തേക്കു സ്ഥലം മാറിപ്പോയി. അതു നല്ല ഇണക്കമുള്ള ഒരു സുന്ദരൻപൂച്ചയായിരുന്നു അല്ലേ?"

പാറ്റകളുടെ ലോകം

ജർമ്മൻനാസിപ്പടയെപ്പോലേ, വലിയ ഗൃഹോപകരണങ്ങളുടെ പിന്നിൽനിന്നും മറവിൽനിന്നും പുറത്തുവന്ന്, തറയിലൂടെയും ഭിത്തിയിലൂടെയുമെല്ലാം അവ മാർച്ചുചെയ്യാൻ തുടങ്ങിയപ്പോഴാണ് സംഗതിയുടെ ഗൗരവം ശരിക്കും ബോദ്ധ്യപ്പെട്ടത്. അധികാരക്കൊതിയോടുകൂടിയ അധിനിവേശംതന്നെയാണ് ലക്ഷ്യം. എന്റെ വീടാകുന്ന സ്വതന്ത്രസാമ്രാജ്യത്തിന്റെ വിശാലതയിൽ അനുവാദം ചോദിക്കാതെ നുഴഞ്ഞുകയറിയ ഒന്നു രണ്ടെണ്ണത്തിനെ ആദ്യമായ് കണ്ടപ്പോൾത്തന്നെ തുരത്തിയോടിക്കേണ്ടതായിരുന്നു. അവരും ഭൂമിയുടെ അവകാശികളെന്ന ബഷീറിയൻസിദ്ധാന്തത്തിനോട് അല്പം ഐകമത്യം പ്രകടിപ്പിച്ചതാണ് വിനയായത്.

എന്നിട്ടിപ്പോ എന്തുപറ്റി.

'പാറ്റപ്പരിഷകൾ' പെറ്റുപെരുകി, അതിർത്തികൾ വിസ്തൃതമാക്കിക്കൊണ്ടിരിക്കുന്നു. അലമാരയിൽനിന്നെടുത്ത അടിവസ്ത്രത്തിന്റെ ചുളിവിൽ പതുങ്ങിയിരുന്ന ഒരെണ്ണം കൈപ്പുറത്തുകൂടെ ഓടി രക്ഷപ്പെടാൻ നോക്കിയപ്പോൾ, അതിനെ കുടഞ്ഞു താഴേയിട്ടു. കൈത്തണ്ടയിലെ രോമങ്ങളോരോന്നും ആ പോക്കു കണ്ട് എണീറ്റുനിന്നു സല്യൂട്ടടിച്ചപ്പോൾ, വെറുതേ നോക്കിനില്ക്കാനേ കഴിഞ്ഞുള്ളൂ.

അതൊരു സൂചനമാത്രമായിരുന്നു.

ലെഫ്റ്റ്.. റൈറ്റ്, ലെഫ്റ്റ്.. റൈറ്റ്.

ക്രീംനിറമുള്ള ടൈൽസ് വിരിച്ച തറയിലൂടെ കടും തവിട്ടുനിറമുള്ള ചെമ്പടയുടെ മുന്നേറ്റം സ്വപ്നങ്ങളിൽപോലും ഞെട്ടലുണ്ടാക്കാൻ തുടങ്ങിയപ്പോൾ കുടുംബഭരണത്തിന്റെ ചുക്കാൻപിടിക്കുന്ന ഭാര്യ ശക്തമായ് പ്രതികരിച്ചു.

"അനുഭവിച്ചോ, ഭൂമിയുടെ അവകാശികളല്ലേ? ഇനി കഴിക്കുന്ന ഭക്ഷണത്തിലുംകൂടിയേ നിരങ്ങാനുള്ളൂ. താമസിയാതെ അതും കാണാനുള്ള യോഗമുണ്ടാകും."

കല്യാണം കഴിഞ്ഞ നാളുകളിൽ നാവ് പുറത്തെടുക്കാൻ മടിച്ചിരുന്നവളാണ് ഇപ്പോൾ എടുത്തിട്ടലക്കുന്നതുപോലേ സംസാരിക്കുന്നത്. ചില താൻപോരിമകൾ കണ്ടില്ലെന്നു നടിച്ച് വിടുകയാണ്.

എങ്കിലും കടുക് വറുത്തിട്ടതുപോലേ പാറ്റക്കാഷ്ഠം ഭക്ഷണത്തിൽ? ആലോചിച്ചപ്പോഴേ മനം പിരട്ടലുണ്ടായി. അവൾ പറഞ്ഞതിൽ തീർത്തും കാര്യമില്ലാതില്ലെന്നും തോന്നി.

വിനാശകാലേ വിപരീതബുദ്ധി. പഴമൊഴികളൊന്നും പാഴ്‌വാക്കല്ല.

വന്നുവന്ന് ഒരു കീടത്തെപ്പോലും ഇക്കാലത്ത് സഹായിക്കാൻ പാടില്ലെന്നായിരിക്കുന്നു. പാവങ്ങളല്ലേ എന്നു വിചാരിച്ച് അല്പം മനസ്സലിവു കാണിച്ചതായിപ്പോയി തെറ്റ്.

ഇനിയിപ്പോൾ പറഞ്ഞിട്ടെന്തു കാര്യം.

തൽക്കാലം കുടുംബസമാധാനംതന്നെ പ്രധാനം. അതുകൊണ്ടു കയറുപൊട്ടിച്ച് മുക്രയിട്ടുനില്ക്കുന്ന ഭാര്യയെ അനുനയിപ്പിച്ചേ പറ്റൂ.

"നീയൊന്നു സമാധാനപ്പെടെന്റെ ഭാര്യേ. ഇവിടെയിപ്പോ എന്താ ഭൂമി കുലുങ്ങിയോ? കുറച്ചു കുഞ്ഞൻപാറ്റകൾ, അത്രയല്ലേയുള്ളൂ. ശല്യമാണെങ്കിൽ അവറ്റകളെ ഒഴിവാക്കാനുള്ള മാർഗ്ഗം ആലോചിക്കണം. അല്ലാതെ വെറുതേ.."

"അയ്യടാ.."

പറഞ്ഞുവന്നതു മുഴപ്പിക്കാതെ, വശത്തേക്കൊന്നു ചിറികോട്ടി തലവെട്ടിച്ചുകൊണ്ടുള്ള തിരിഞ്ഞുനടത്തം സംഗതിയുടെ ഗൗരവം വിചാരിച്ചതിലും ഭീകരമാണെന്നു വെളിപ്പെടുത്തി.

ആദ്യം കണ്ടവയെ അതിർത്തി ലംഘിച്ച കുറ്റമാരോപിച്ച് അന്നേ വിരട്ടിയോടിക്കേണ്ടതായിരുന്നു. കണ്ണടച്ചുവിട്ടു. എങ്ങനെയെങ്കിലും ജീവിച്ചുപോകട്ടേ എന്നു കരുതി.

ഇനിയിപ്പോ അതൊക്കെ പറഞ്ഞിട്ടെന്തു കാര്യം? പെട്ടെന്ന് എന്തെങ്കിലും ചെയ്തേ പറ്റൂ. ഇല്ലെങ്കിൽ ഭാര്യയുടെ വീട്ടുകാരുകൂടെ ഇക്കാര്യത്തിലിടപെടാൻ സാദ്ധ്യതയുണ്ട്. എങ്കിൽപ്പിന്നെ!

ആ വിഷയം ചിന്തിക്കാതിരിക്കുകയാണു ഭേദം. പാരമ്പര്യമായ് കിട്ടിയ സ്വത്തു മുഴുവനും അവളുടേം പിള്ളേരുടേംപേരിൽ എഴുതിക്കൊടുക്കണമെന്നാണ് ഇപ്പോൾതന്നെ ആവശ്യം. ഇപ്പോഴത്തെ രോഗാവസ്ഥയിൽ എന്റെ കാര്യത്തിൽ ഏതാണ്ടു തീർപ്പുകല്പിച്ചതുപോലെയാണ് അവരുടെ പെരുമാറ്റം. മറ്റാർക്കെങ്കിലുമൊക്കെ ഞാനതു വീതംവച്ചുകൊടുക്കുമോ എന്നുള്ള പേടി വേറേയും.

അങ്ങനെ ഭാര്യ ചവുട്ടിക്കുലുക്കിപ്പോയതിനു പിന്നാലെ, ശല്യക്കാരായ ജർമ്മൻപാറ്റകളെ എങ്ങനെ ഒഴിവാക്കാം എന്ന തീവ്രമായ ചിന്ത എന്റെ തലയിൽ പുകയാൻ തുടങ്ങി.

അപ്പോഴാണ് തെരുവുജാഥക്കാരുടെ മുദ്രാവാക്യം വിളിപോല ഒരു സംഘടിതശബ്ദം ചെവിയിൽ മുഴങ്ങിക്കേൾക്കാൻ തുടങ്ങിയത്.

“അതു നടപ്പുള്ള കാര്യമല്ല. ഈ ഭൂമി ഞങ്ങൾക്കുകൂടെ അവകാശപ്പെട്ടതാണ്. ഇവിടെ ഞങ്ങൾക്കിഷ്ടമുള്ളിടത്തു ഞങ്ങൾ ജീവിക്കും. നിങ്ങൾ വിചാരിക്കുന്നതുപോലേ, വലിഞ്ഞുകയറിവന്നവരല്ല ഞങ്ങൾ.”

ങേ! ഒന്നു നടുങ്ങാതിരുന്നില്ല.

ആരാണത്? കേട്ടു പരിചയമില്ലാത്ത ശബ്ദം. ചുറ്റും നോക്കിയെങ്കിലും ആരെയും കണ്ടില്ല.

തോന്നിയതായിരിക്കും എന്നു വിചാരിച്ച് വീണ്ടും ആലോചനയിൽ മുഴുകാൻ തുടങ്ങുമ്പോഴാണ് ശബ്ദം വീണ്ടും കേട്ടത്.

“തോന്നിയതല്ല. നിങ്ങളുടെ മനസ്സിലിരുപ്പ് ഞങ്ങൾക്കു വായിക്കാം. തലമുറകളായ് ഇവിടെ ജീവിക്കുന്നവരാണ് ഞങ്ങളെന്നകാര്യം നിങ്ങൾ മറന്നു.”

ശബ്ദം കേട്ട ദിക്കിലേക്കു നോക്കിയെങ്കിലും ആരെയും കണ്ടില്ല. അതുകൊണ്ട് ഉറക്കെ ചോദിച്ചു.

“ആരാണത്? കാണാമറയത്തുനിന്നു വമ്പു പറയുന്നോ?”

ഇത്തവണ ഒരു ഒറ്റയാൻശബ്ദമാണ് കേട്ടത്. നേതാവായിരിക്കണം.

“ഞങ്ങളാണേ..”

“ഞങ്ങൾ എന്നു പറഞ്ഞാൽ?”

“നിങ്ങളിപ്പോൾ ആരെക്കുറിച്ചാണോ ഹീനമായ് ചിന്തിച്ചത്, അവരു തന്നെയെന്നു കൂട്ടിക്കോളിൻ. നിങ്ങൾ മനുഷ്യർ സ്വാർത്ഥരാണ്.”

വ്യക്തമായ ആരോപണമാണ്!

“ഹീനമായ് ചിന്തിച്ചെന്നോ? ആര്?”

“ഓ! അതു കൊള്ളാം. കണ്ണടച്ചാൽ പിന്നെ, ഇരുട്ടാണല്ലോ.”

“നിങ്ങളെന്തൊക്കെയാണ് ഈ പറയുന്നത്? നിങ്ങൾക്കിപ്പോ എന്താണ് വേണ്ടത്? മനുഷ്യനെ വെറുതേ കുരങ്ങുകളിപ്പിക്കരുത്. ഒളിച്ചിരുന്നു പുലഭ്യം പറയുന്നോ?”

എനിക്കു ദേഷ്യം വന്നു.

“സ്വാതന്ത്ര്യം..!”

“സ്വാതന്ത്ര്യമോ? അതു ഞാനെന്റെ മടിശ്ശീലയിൽ കെട്ടിവച്ചിരിക്കുവാണോ?”

“അല്ലെങ്കിൽപ്പിന്നെ നിങ്ങളിപ്പോൾ ചിന്തിച്ചുകൂട്ടിയ ദുഷ്ടത്തരത്തിന്റെ പൊരുളെന്താണ്?”

“ആര് എന്തു ചിന്തിച്ചുവെന്നാ? നിങ്ങളെ ഇപ്പോഴും എനിക്കു കാണാൻ വയ്യാ. ഇങ്ങോട്ട് വെളിച്ചത്തേക്കു മാറിനിന്നു സംസാരിക്ക്. ആദ്യം ഞാനൊന്നു കാണട്ടെ.”

“കാണാൻ വെളിച്ചത്തേക്കു വരണമെന്നില്ല. ഞങ്ങൾ നിങ്ങളുടെ മുമ്പിൽത്തന്നെയുണ്ട്. കണ്ണു തുറന്നൊന്നു നോക്കിയാൽ മതി.”

വീണ്ടും നേതാവിന്റെ ശബ്ദം.

ശ്ശെടാ. ഇതു വല്ലാത്ത പൊല്ലാപ്പായല്ലോ!

സൂക്ഷ്മവീക്ഷണത്തിൽ ഫ്രിഡ്ജിന്റെയും ഡിഷ്വാഷറിന്റെയും അവ്നിന്റെയും മറവിടങ്ങളിൽനിന്നു നേർത്ത കൊമ്പുകളാകുന്ന മുഷ്ടികൾ ഉയർത്തിയും താഴ്ത്തിയും ഒരുകൂട്ടം ജർമ്മൻപാറ്റകൾ എന്നെത്തന്നെ തുറിച്ചുനോക്കിനില്ക്കുന്നതു കണ്ടു.

“അതു ശരി. ഇത്തിരിപ്പോന്ന നിങ്ങളാണോ ഇത്ര വലിയ ശബ്ദമുണ്ടാക്കിയത്? പേടിത്തൊണ്ടന്മാർ! ഒളിവിലിരുന്നാണോ വെല്ലുവിളിക്കുന്നത്. ഇത്തിരി മനസ്സാക്ഷി വിചാരിച്ചതാണ് കുഴപ്പമായത്. ഇത്രയും അഹങ്കാരികളാണെന്നറിഞ്ഞില്ല. മൂത്തുവിളഞ്ഞ സ്ഥിതിക്ക് രണ്ടിലൊന്നറിഞ്ഞിട്ടുതന്നെ ഇനി ബാക്കി കാര്യം.”

കുറച്ചു നേരത്തേക്കു പ്രതികരണമൊന്നുമുണ്ടായില്ല. അതു ശത്രുവിന്റെ പതറലായിക്കണ്ട് ഞാൻ ഒന്നുകൂടെ ഉഷാറായി.

“ഇതെന്താ പാറ്റപ്പട്ടണമോ? ഭീഷണി മുഴക്കാനും തോന്ന്യവാസങ്ങൾ കാണിക്കാനും. ഇവിടെ നിയമം നിലവിലുണ്ട്. ഇതു ഞാൻ പണം കൊടുത്തു വാങ്ങിയ വീടാണ്. ഇവിടെ എന്റെ സമ്മതമില്ലാതെ ആർക്കും കയറി നിരങ്ങാമെന്നു വിചാരിച്ചാൽ അതു മനസ്സിലിരിക്കയേ ഉള്ളൂ. പറഞ്ഞില്ലെന്നു വേണ്ടാ.”

അതിനു നേതാവിന്റെ മറുപടി ഉടൻ വന്നു.

“നിയമങ്ങളോ? അതു നിങ്ങൾ മനുഷ്യർ നിങ്ങൾക്കുവേണ്ടി ഉണ്ടാക്കിയതല്ലേ? നിങ്ങളുടെ സ്വാർത്ഥതാൽപര്യങ്ങൾക്കുവേണ്ടി? ഈ ഭൂമി സർവ്വജീവജാലങ്ങൾക്കുംവേണ്ടി സൃഷ്ടിക്കപ്പെട്ടതാണ്. പ്രകൃതി സൃഷ്ടിച്ചിട്ടുള്ള നിയമങ്ങളാണ് ഞങ്ങളുടെ നിയമങ്ങൾ. ഞങ്ങളിവിടെ ജനിച്ചു, ഞങ്ങളുടെ പിതാക്കന്മാരും അവരുടെ പിതാക്കന്മാരും. ഞങ്ങളുടെ വർഗ്ഗം ഇവിടുത്തെ ഇരുണ്ട മൂലകളിൽ പല തലമുറകളായ് കഴിഞ്ഞു പോന്നവരാണ്. ജന്മാവകാശത്തെക്കാൾ വലുതല്ല, വില കൊടുത്തു വാങ്ങിയ ഒരവകാശവും. അതുകൊണ്ട് അത്തരം വർത്തമാനം പറയാതിരിക്കുന്നതാണ് നല്ലത്.”

“ഓഹോ! അപ്പോൾ രണ്ടുംകല്പിച്ചുള്ള പുറപ്പാടാണ് അല്ലേ?”

വിട്ടുകൊടുക്കാൻ ഞാനും തയ്യാറായില്ല.

ഉറപ്പുള്ള ആ ചോദ്യത്തിൽ പാറ്റകളുടെ നേതാവ് തെല്ലൊന്നയഞ്ഞെന്നു തോന്നി.

“നിങ്ങൾ വെറുതേ കാര്യമില്ലാതെ ദേഷ്യപ്പെടുകയാണ്. ഞങ്ങൾക്കാരോടും പടയുമില്ല, പടപ്പുറപ്പാടുമില്ല. പറഞ്ഞതു ന്യായമായ കാര്യങ്ങൾ മാത്രമാണ്. ഇറങ്ങിപ്പോകാൻ പറഞ്ഞാൽ പോകാൻ മറ്റൊരിടമില്ല. എവിടേക്കു പോകണമെന്നു നിങ്ങൾ പറയൂ. ജനിച്ചിടത്തും ജീവിച്ചിടത്തുമൊന്നും വേരുകളില്ലാത്തവരെപോലേയായ് ഞങ്ങൾ. അതിൽ നിങ്ങൾ മനുഷ്യർക്കുള്ള പങ്ക് നിഷേധിക്കാൻ പറ്റാത്തതാണ്.”

മറുപടി പറയാൻ പറ്റാത്ത സത്യങ്ങളാണ് വിളിച്ചുപറയുന്നത്.

പക്ഷേ, സമ്മതിച്ചുകൊടുക്കാൻ പറ്റുമോ?

“ഇനിയിപ്പോൾ കുറ്റം മുഴുവൻ മനുഷ്യർക്കിരിക്കട്ടെ. അല്ലാതെ വേറേ വഴിയില്ലല്ലോ. പിന്നെ, മനുഷ്യർ എല്ലാ ജീവിവർഗ്ഗങ്ങളുടെയും മേലേയാണെന്ന കാര്യം മറക്കണ്ടാ.”

“ഹഹഹ..”

പരിഹസിച്ചുള്ള കൂട്ടച്ചിരിയും കൂക്കുവിളിയുമായിരുന്നു അതിനുള്ള മറുപടി.

ആരെങ്കിലും അതു കേട്ടോ എന്ന് ഞാൻ തിരിഞ്ഞുനോക്കി. വെറുതേ ഒരു പൊങ്ങച്ചം പറഞ്ഞതാണ്. അതു വേണ്ടായിരുന്നു. ഈ കീടങ്ങൾ വിചാരിച്ചതിലുംകൂടിയ ഇനമാണ്. സൂക്ഷിച്ചുവേണം കൈകാര്യം ചെയ്യാൻ.

"എന്താ. കളിയാക്കുവാണോ?"

"അയ്യോ അല്ലേയല്ല. നിങ്ങളുടെ അജ്ഞതയോർത്തു ചിരിച്ചുപോയതാണ്. പുളുവാണെങ്കിലും കേൾക്കാനൊരു രസം വേണ്ടായോ."

വീണ്ടും പരിഹാസം; ചിരി.

"നിങ്ങൾ ശലോമോൻരാജാവ് പണ്ടു പറഞ്ഞതു കേട്ടിട്ടില്ല അല്ലേ? അറിഞ്ഞിരിക്കുന്നതു നല്ലതാണ്."

"അങ്ങേര് എന്തു പറഞ്ഞൂന്നാ?"

"ചത്തുകഴിഞ്ഞാൽ എല്ലാ കൃമികീടങ്ങളുടെയും ആത്മാവ്, മനുഷ്യരുൾപ്പടെ, കീഴോട്ടു പോകുന്നോ മേലോട്ടു പോകുന്നോ എന്ന് ഒരു കുഞ്ഞിനും കുഞ്ഞാപ്പിക്കും അറിയില്ലാന്നാണ് അങ്ങേരു പറഞ്ഞത്. രാജാവായിരുന്നെങ്കിലും അങ്ങേർക്കു വിവരമുണ്ടായിരുന്നു."

ഈ പാറ്റപ്പരിഷകളോടു വാദിച്ചുജയിക്കുമെന്നു തോന്നുന്നില്ല. അതുകൊണ്ട് അടവൊന്നു മാറ്റിച്ചവിട്ടുന്നതാണ് ഉചിതം. ഇവറ്റകൾ കാഴ്ചയിൽ ചെറുതാണെങ്കിലും നാക്കു വലുതാണ്.

"മതി മതി. അധികപ്രസംഗമാണ് നിങ്ങളിതുവരെ പറഞ്ഞതെല്ലാം. സമന്മാർതമ്മിലേ സംസാരം പാടുള്ളൂ എന്നു കാരണവന്മാർ പറയുന്നതു വെറുതേയല്ല. അല്ലെങ്കിലും ഞാഞ്ഞൂലും തലപൊക്കുന്ന കാലമാണല്ലോ ഇത്? ഞാൻ ചിലതൊക്കെ തീരുമാനിച്ചിട്ടുണ്ട്. അതനുസരിച്ചൊക്കെ മുന്നോട്ടുപോയാൽ എല്ലാത്തിനും കൊള്ളാം. ഇല്ലേൽ, ഇല്ലേൽ അറിയാത്ത പുള്ള ചൊറിയുമ്പം അറിയും. ഇനി പറഞ്ഞില്ല, കേട്ടില്ല എന്നു വേണ്ടാ."

ഞാൻ സ്വരത്തിൽ കുറച്ചുകൂടെ ഗൗരവം കലർത്തി, ഭീഷണിയുടെ മുന ഒന്നുകൂടെ കൂർപ്പിച്ചു.

"തൽക്കാലം രണ്ടുകൂട്ടർക്കും നിശ്ചിതമായ അതിർത്തികൾ വേണം. അതാണ് ഏറ്റവും അത്യാവശ്യം. രണ്ടു വ്യത്യസ്തവർഗ്ഗങ്ങൾതമ്മിൽ ഇടകലരാൻ പാടില്ല. അതും പ്രകൃതിയുടെ നിയമമാണല്ലോ. നിങ്ങളുടെ അതിർത്തിക്കുള്ളിൽ നിങ്ങൾ കഴിഞ്ഞുകൊള്ളണം. എങ്ങനെ കഴിയുന്നു എന്നൊന്നും ഞങ്ങൾക്കറിയേണ്ട കാര്യമില്ല. അതു നിങ്ങളുടെ കാര്യം. ഞങ്ങളുടെ സ്വാതന്ത്ര്യത്തിലേക്കു നുഴഞ്ഞുകയറരുത്. അത്രമാത്രം."

മറവിടങ്ങളിൽനിന്നു തമ്മിൽത്തമ്മിൽ നീണ്ട കുശുകുശുപ്പുണ്ടായി. പിന്നെ, പരസ്യമായ മറുപടിയോ സംസാരമോ ഒന്നുമുണ്ടായില്ല. ക്രമേണ പുറത്തേക്കു നീണ്ടുനിന്നിരുന്ന നേർത്ത കൊമ്പുകൾ ഓരോന്നായ് അപ്രത്യക്ഷമായി.

അങ്ങനെ മൗനം സമ്മതമായിക്കരുതി, വലിയ ഒരു പ്രശ്നം ലഘുവായ് പരിഹരിച്ച സന്തോഷത്തിൽ ഞാൻ അന്നുതന്നെ അതിർത്തി വരയ്ക്കാനുള്ള ലക്ഷ്മണരേഖച്ചോക്കുകൾ കടയിൽനിന്നു വാങ്ങി. പിന്നെ, അകമുറികളിലെയും അടുക്കളയിലെയും ഭിത്തികളുടെ അതിരുകളിലൂടെ നെടുനീളത്തിൽ വിടവില്ലാതെ അതിർത്തി വരയ്ക്കാൻ തുടങ്ങി.

അടുത്ത രണ്ടു ദിവസങ്ങളിൽ അതിർത്തിലംഘനം നടക്കുന്നുണ്ടോയെന്നു രഹസ്യമായ് നിരീക്ഷണം നടത്തി, ഇല്ലെന്ന് ഉറപ്പുവരുത്തി, സന്തുഷ്ടനായി.

ചില ദിവസങ്ങൾക്കൂടെ അങ്ങനെ കടന്നുപോയി. ഭാര്യയും പിന്നെയൊന്നും പറഞ്ഞുകേട്ടില്ല. ശല്യം അവസാനിച്ചുവെന്നു വിചാരിച്ചിരിക്കുമ്പോളാണ് മറവിടങ്ങളിൽനിന്നു ചില ഞരക്കങ്ങളും ദീനരോദനങ്ങളും കേൾക്കാൻ തുടങ്ങിയത്. അതിർത്തിരേഖകൾക്കു പിന്നിൽ പാറ്റക്കുഞ്ഞുങ്ങൾ, ഞങ്ങളുടെ കുഞ്ഞുങ്ങൾ മധുരവും രുചിയുമുള്ള ഭക്ഷണങ്ങൾ കഴിക്കുന്നതു കണ്ട് കൊതിയോടെ നോക്കിനില്ക്കുന്നു. ഞങ്ങളുടെ തലവെട്ടം കാണുമ്പോൾ അവ വേച്ചുപോകുന്ന കാലുകളോടെ ഇരുട്ടിലേക്കു നടന്നുമറയുന്നു. സഹതാപം തോന്നിയെങ്കിലും ഒരു ആഭ്യന്തരകലഹം ഉണ്ടാക്കാൻ താൽപര്യമില്ലാത്തതുകൊണ്ട് ഞാനതു കണ്ടില്ലെന്നു നടിച്ചു.

എന്നാൽ ആ സ്വൈര്യം അധികം നീണ്ടുനിന്നില്ല. മുതിർന്ന പാറ്റകളുടെ ഇടയിൽ വലിയ രഹസ്യചർച്ചകൾ നടന്നു. പ്രതികരിച്ചാലും ഇല്ലെങ്കിലും അവരുടെ നാശം സംഭവിക്കുമെന്നു അവർ കണക്കുകൂട്ടി. ചാവുന്നെങ്കിൽ അന്തസ്സോടെതന്നെ ചാവാൻ അവർ തീരുമാനിച്ചു, എന്നുവേണം കരുതാൻ. പാറ്റക്കുഞ്ഞുങ്ങളുടെ നിലവിളി കാതുകൾക്ക് അസഹ്യമായപ്പോൾ അവരുടെ മുമ്പിൽനിന്ന് അതിർത്തികൾ അപ്രത്യക്ഷമായി. അവർ വീടിന്റെ സർവ്വയിടങ്ങളിലും കൂട്ടമായ് ഭക്ഷണങ്ങൾ തേടിയലയാൻ തുടങ്ങി. പകലും രാത്രിയും അവർക്ക് ഒരുപോലെയായി.

ആ ചങ്കൂറ്റത്തിൽ ഞാനൊന്നു പതറിയെങ്കിലും ഭാര്യക്ക് ഒരു കൂസലുമില്ലായിരുന്നു. അവൾ വീട്ടുകാരെ വിളിച്ചുകൂട്ടി കാര്യങ്ങൾ പറഞ്ഞുപ്പറഞ്ഞും ഊതിവീർപ്പിച്ചും വഷളാക്കി. പാറ്റകളോടു തുറന്ന യുദ്ധം പ്രഖ്യാപിച്ചു. അവയുടെ ഉന്മൂലനാശം വരുത്തുമെന്നു പ്രതിജ്ഞചെയ്തു.

ആദ്യപടിയെന്നനിലയിൽ പാറ്റകളുടെ ഏകദേശ കണക്കെടുപ്പ് നടത്തി, എണ്ണം തിട്ടപ്പെടുത്തി. ആക്രമണത്തിനു വേണ്ട ആയുധസാമഗ്രികൾ ഓരോന്നായ് അടുപ്പിച്ചുവച്ചു.

അങ്ങനെ, ഒരു ദിവസം ഉറങ്ങാൻ പോകുന്നതിനുമുമ്പായ് ഒളിസങ്കേതങ്ങളിലെല്ലാം സിറിഞ്ചിൽനിന്നു തവിട്ടുനിറമുള്ള കൊഴുത്ത കോക്രോച്ച്ജെൽബേറ്റ് ഇറ്റിച്ചുവച്ചും ഗ്യാസ്ചേമ്പറുകൾപോലേ ചെറിയചെറിയ കറുത്ത നിറമുള്ള പോയ്സൺകെണികൾ തന്ത്രപ്രധാനമായ ഇടങ്ങളിലെല്ലാം ഒളിപ്പിച്ചുവച്ചും അതിർത്തി കടന്ന് നുഴഞ്ഞുകയറുന്നവയെ തൽക്ഷണം കാലപുരിക്കയയ്ക്കാൻ മോസ്ക്വിറ്റോസ്വാറ്റർ കൈയെത്തുന്ന ദൂരത്തു ചാരിവച്ചും അവൾ അധിനിവേശമൊഴിപ്പിക്കൽ ആരംഭിച്ചു. തുറന്ന, ഭീകരമായ ഒരു യുദ്ധംതന്നെയായിരുന്നു അത്.

ചുരുങ്ങിയ ദിവസങ്ങൾക്കുള്ളിൽ നൂറുകണക്കിനു ജർമ്മൻപാറ്റകൾ മൃതിയടഞ്ഞ്, വീടിന്റെ പിറകുവശത്തെ പച്ചക്കറിത്തോട്ടത്തിലെ മണ്ണിന് വളക്കൂറായി.

പോയ്സൺചേമ്പറുകളിലൂടെ കടന്നുപോയവ പെട്ടെന്നു ചാകാതെ അർദ്ധബോധാവസ്ഥയിൽ തറയിലൂടെ ദിക്കുമുട്ടി, ഇഴഞ്ഞുനീങ്ങുന്ന കാഴ്ച സങ്കടകരമായിരുന്നു. പലചരക്കുകൾ സൂക്ഷിച്ചിരുന്ന ബാസ്ക്കറ്റുകൾക്കുള്ളിൽ ആരും കാണാതെ ഒളിച്ചുപാർത്തിരുന്ന ഒരു കൂട്ടത്തെ ജാലിയൻവാലാബാഗിലെ ജനക്കൂട്ടത്തിനു നേരേയെന്നപോലേ ഹോവക്സ് എന്നുപേരുള്ള കീടംകൊല്ലിസ്പ്രേകൊണ്ടു നിഷ്കരുണം നിശ്ശബ്ദമാക്കി. ചരിത്രം ആവർത്തിക്കുകയാണെന്ന് എനിക്കു തോന്നി.

അഹിംസാവാദിയായ ഞാൻ ഇത്തരത്തിലൊരു കൂട്ടക്കൊലക്കു ധാർമ്മികമായ് എതിരായിരുന്നു. എങ്കിലും ആഭ്യന്തരസമാധാനം വിചാരിച്ച്, മിക്കവാറും മിണ്ടാവ്രതം ആചരിച്ച്, എല്ലാറ്റിനും മൂകസാക്ഷിയായ് നിന്നു. അധിനിവേശക്കാരുടെ എണ്ണം ക്രമേണ കുറഞ്ഞുകുറഞ്ഞുവന്നു.

അങ്ങനെ ദിവസങ്ങൾ ചിലതു കഴിഞ്ഞപ്പോൾ, ഒരു പാറ്റക്കുഞ്ഞിനെപ്പോലും എങ്ങും കാണാനില്ലാത്തവിധം അവയുടെ വംശം ഞങ്ങളുടെ വീട്ടിൽ അന്യംനിന്നുപോയി.

പാറ്റകളുടെ ശവങ്ങൾ വളമായ്ത്തീർന്നമണ്ണിൽ ഭാര്യ നട്ട പച്ചക്കറികൾ തഴച്ചുവളർന്നു. പയറും വഴുതനയും തക്കാളിയുമെല്ലാം പൂത്തു തുടങ്ങി. തടിച്ചുകൊഴുത്ത ചെടികളുടെ പുഷ്ടിയിൽ ഞാനും ജർമ്മൻപാറ്റകളുടെ ജീവത്യാഗത്തിന്റെ പങ്ക് മറന്നുപോയി. അങ്ങനെ നിത്യേന രാവിലെ

പച്ചക്കറിച്ചെടികൾക്കരികിലൂടെ പല്ലുതേച്ചുകൊണ്ടുള്ള നടത്തത്തിന്നിടയിലാണ് വിചിത്രമായ ആ കാഴ്ച ഞാൻ കണ്ടത്. വിടർന്നുനില്ക്കുന്ന പൂക്കളുടെ നിറത്തിലും ആകൃതിയിലും എന്തോ അസാധാരണത്വം. പൂവിതളുകൾ ചിറകിട്ടടിക്കുന്നതുപോലെ! അവയിൽ ജീവൻ തുടിക്കുന്നതുപോലെ!

ഞാൻ സൂക്ഷിച്ചു നോക്കി.

പൂക്കൾക്കെല്ലാം തവിട്ടുനിറമായിരുന്നു; ജർമ്മൻപാറ്റകളുടെ ആകൃതിയും! നീണ്ടുനേർത്ത കൊമ്പുകൾ വായുവിൽ കലിപൂണ്ടതുപോലെ വിറകൊണ്ടുനില്ക്കുന്നു!

ദിവസത്തിന്റെ നിറഭേദങ്ങൾ

ട്രെയിനിന്റെ ആളില്ലാത്ത സീറ്റുകളിലൊന്നിൽ ഇരുന്നുകൊണ്ട് നിർവ്വികാരതയയോടെ ഞാൻ പുറംകാഴ്ചകളിലേക്കു കണ്ണോടിച്ചു. ഇരുണ്ട പച്ചയിലകളുള്ള, വലിയൊരു പൈൻമരം പെട്ടെന്നു പ്രത്യക്ഷപ്പെട്ട് പിന്നോട്ട് മാഞ്ഞുപോയി. വൃദ്ധ മുത്തിയ കൈപ്പുറത്തേക്കു ഞാൻ നോക്കി.

ചിലമ്പിച്ച സ്വരം കാതുകളിൽ രഹസ്യം പറയുന്നതുപോലേ.

“ഇൻസ്പെക്ടർ, ദിവസത്തിനുമാത്രമല്ല; ജീവിതത്തിനും നിറഭേദങ്ങൾ ഉണ്ട്.”

***

പെരുമ്പാമ്പിന്റെ വായിൽനിന്നു വഴുതിരക്ഷപെട്ട ഇരയെപ്പോലേ രണ്ടാംനമ്പർ ടണലിൽനിന്നു പുറത്തുവന്ന ട്രെയിൻ കിതച്ചുകൊണ്ട് [illegible] സ്റ്റേഷൻ ലക്ഷ്യമാക്കി നീങ്ങുമ്പോഴാണ് കംപാർട്ട്മെന്റിന്റെ പിൻമൂലയിൽനിന്ന് വൃദ്ധസ്വരം മുഴങ്ങിക്കേട്ടത്.

“ഇൻസ്പെക്ടർ..?"

യാത്രാസംബന്ധമായ സന്ദേഹങ്ങൾ തീർക്കാൻ, പ്രായമായ യാത്രക്കാർ ഇടയ്ക്കിടെ അങ്ങനെ വിളിക്കാറുണ്ട്. മിക്കവാറും ഊറിക്കൂടിയ ഒരു ചിരിയോടെയായിരിക്കും അത്തരക്കാരുടെ അടുക്കൽനിന്നു മടങ്ങുക.

മുമ്പിലെ സീറ്റിന്റെ ചാരിൽ വലതുകൈ മുറുകെപ്പിടിച്ച് ഇരിപ്പിന്റെ സുരക്ഷിതത്വം ഉറപ്പാക്കിക്കൊണ്ട് എന്നെത്തന്നെ നോക്കിയിരിക്കുകയായിരുന്ന പ്രായമേറെച്ചെന്ന ഒരു വൃദ്ധ.

വൃദ്ധയുടെ അടുക്കലേക്കു നടന്നു. വലിയ നീലക്കണ്ണുകളിൽ കുസൃതിയുടെ തിളക്കം.

മുന്നോട്ടാഞ്ഞ് സ്വകാര്യംപോലെ അവർ പറഞ്ഞു:

"ഇൻസ്പെക്ടർ, ഞാൻ മാനയിൽ ഇറങ്ങും."

അവർക്കു പൊക്കം തീരേ കുറവായിരുന്നു. മുഖചർമ്മത്തിൽ കാലം കോറിയിട്ട വരകൾ, ചിലന്തിവലയെ ഓർമ്മിപ്പിച്ചു. ഇളംതവിട്ടുനിറമുള്ള വലിയൊരു പാലുണ്ണി, ഇരയെ കാത്തിരിക്കുന്ന എട്ടുകാലിയെപ്പോലേ ജാഗ്രതയോടെ ഇടതുകവിളിൽ തുടിച്ചുനിന്നു.

കടലിന്റെനീലനിറമാർന്ന പാന്റ്സും വെളുപ്പിൽ, ആകാശനീലിമയുടെ വീതിയുള്ള വരകളുള്ള അയഞ്ഞ ഷർട്ടുമാണ് അവർ ധരിച്ചിരുന്നത്. ആൺകുട്ടികളുടേതുപോലേ മുറിച്ചൊതുക്കിയ മുടിക്ക് മഞ്ഞുകാലത്തിന്റെ ധവളിമ. വടിവൊത്ത നാസിക. കീഴ്ത്താടിയിൽ പട്ടുമുളപോലേ, വളർച്ചമുറ്റിയ മൂന്നുനാലു നരച്ച നീണ്ട രോമങ്ങൾ.

ആകരുടെ രൂപത്തിലും ഭാവത്തിലും വൃദ്ധയ്ക്കൊരു പ്രത്യേകത തോന്നി.

"തീർച്ചയായും."

"ഇറങ്ങുമ്പോൾ സഹായം വേണോ?"

അവർ ഇടതുകൈയിലെ വിരലുകൾകൊണ്ടു മൂക്കൊന്നുഴിഞ്ഞു.

"അതല്ല ഇൻസ്പെക്ടർ. എനിക്കു സ്ഥലം ഒട്ടും ഓർമ്മയില്ല."

"അതു സാരമില്ല. മാനയിൽ എത്തുമ്പോൾ ഞാൻ ഓർമ്മിപ്പിക്കാം."

അവർ സന്തോഷത്തോടെ സീറ്റിൽ ഇളകി, നിവർന്നിരുന്നു.

പറയാൻ മറന്നുപോയതെന്തോ പെട്ടെന്നോർമ്മിച്ചെടുത്തപോലേ അടുത്ത നിമിഷം വൃദ്ധ വീണ്ടും വിളിച്ചു:

"ഇൻസ്പെക്ടർ..?"

"അതേ. പറഞ്ഞോളൂ. ഇനിയും എന്തെങ്കിലും?"

ഞാൻ പ്രോത്സാഹിപ്പിച്ചു.

"അത്.."

നീലക്കണ്ണുകളിൽ കുസൃതിയോടൊപ്പം വാത്സല്യഭാവം.

"ഞാൻ ആ കൈപ്പുറത്ത് ഒന്നു ചുംബിച്ചോട്ടെ?"

കൗതുകത്തോടെ ഞാൻ അവരുടെ മുഖത്തേക്കു നോക്കി. എന്റെ ചുണ്ടിൽ ഒരു പുഞ്ചിരി വിരിഞ്ഞു. ഇതിനുമുമ്പ് മറ്റാരും ഇങ്ങനെയൊന്നും ആവശ്യപ്പെട്ടിട്ടില്ല.

നീട്ടിയ കൈപ്പുറത്ത് ചുണ്ടുകൾ മുട്ടിച്ച് വൃദ്ധ മൃദുവായ് ചുംബിക്കുമ്പോൾ ഞാൻ അവരെ സൂക്ഷ്മമായ് നിരീക്ഷിക്കുകയായിരുന്നു.

“നന്ദി, ഇൻസ്പെക്ടർ. ഒത്തിരി നന്ദി. അറിയ്യോ, ഞാൻ നിങ്ങളുടെ നാട്ടിൽ വന്നിട്ടുണ്ട്. കോൽ..ക്ക..ത്ത. ഒത്തിരിയൊത്തിരി വർഷങ്ങൾക്കുമുമ്പ്.”

മുഖത്ത് ഓർമ്മകളെ അയവിറക്കുന്ന ഭാവം.

ഓഹോ! വെറുതേയല്ല!

വൃദ്ധ ഇതിനകം എന്റെ കുലവും ജന്മദേശവുമൊക്കെ മനസ്സിലാക്കിയെടുത്തിരിക്കുന്നു.

ചുംബനത്തിന്റെ കാരണത്തെക്കുറിച്ച് ഇനി ആലോചിക്കേണ്ട ആവശ്യമില്ല.

ഞാൻ ഓർത്തുചിരിച്ചു.

വൃദ്ധയോട് എനിക്ക് മമത തോന്നി. അവരെ സന്തോഷിപ്പിക്കാൻ വേണ്ടി ഞാൻ ആ യാത്രയെക്കുറിച്ച് കൂടുതൽ വിശേഷങ്ങൾ ആരാഞ്ഞു.

വെല്ലിങ്ടണിൽനിന്നു വായ്കനായിലേക്കു പോകുന്ന ട്രെയിനിലായിരുന്നു വൃദ്ധ. ഞാൻ ആ ട്രെയിനിലെ ഗാർഡും.

***

ട്രെയിൻ പ്ലിമെർട്ടൻസ്റ്റേഷൻ കഴിഞ്ഞപ്പോൾ ഞാൻ വീണ്ടും അവരുടെ അടുക്കലേക്കു ചെന്നു.

കഴുത്തിൽ അണിഞ്ഞിരുന്ന ചാരനിറത്തിലുള്ള കുരിശിൽ വിരലുകൾ തെരുപ്പിടിച്ച് ഗഹനമായ ഏതോ ചിന്തയിലായിരുന്നു അപ്പോൾ അവർ.

“അടുത്ത സ്റ്റേഷൻ മാനയാണ്.”

ശ്രദ്ധയാകർഷിക്കാൻതക്കവണ്ണം പറഞ്ഞു.

അതെയോ? ഇറങ്ങാനുള്ള വട്ടംകൂട്ടലുകൾക്കിടയിൽ പകുതി ആത്മഗതംപോലേ വൃദ്ധ പറഞ്ഞു.

“ഒത്തിരി വർഷങ്ങൾക്കുശേഷമാണ് വെല്ലിഗ്ടണിലേക്കു വരുന്നത്. ചെറുപ്പത്തിൽ സന്യാസം സ്വീകരിച്ച് ലാറ്റിനമേരിക്കയിലേക്കു പോയതിൽപ്പിന്നെ രണ്ടാമത്തെ പ്രാവശ്യം. സ്ഥലങ്ങളും വഴികളും മനസ്സിൽ നിന്നു മാഞ്ഞു തുടങ്ങി. കൂടാതെ മാറ്റങ്ങൾ വേറേയും.”

വൃദ്ധ ഒരു സന്യാസിനി ആയിരിക്കുമെന്നൂഹിക്കാൻ എനിക്കു കഴിഞ്ഞിരുന്നില്ല. കൂടുതൽ അറിയാൻ ആകാംക്ഷ തോന്നി.

“അപ്പോൾ ഇവിടെ?"

“ആരെങ്കിലും സ്റ്റേഷനിൽ വരുമോ?”

“വരും.”

“എന്റെ ഇരട്ടസഹോദരിയുടെ മകൻ. അർബുദത്തിന്റെ പിടിയിലാണവൾ. അവളെ ഒന്നു കാണാൻവേണ്ടിമാത്രമാണ് ഇക്കണ്ട ദൂരമെല്ലാം താണ്ടി ഈ പ്രായത്തിലും ഒരു വരവ്. ഒരേ ദിവസം അമ്മയുടെ ഉദരത്തിൽനിന്നു പുറത്തുവന്നവരല്ലേ ഞങ്ങൾ?"

മുഖത്തുനിന്നു ചിരി മാഞ്ഞുപോയിരുന്നു. വിഷാദം മൂടിയ മുഖത്തെ വലിയ പാലുണ്ണിയിലേക്കു നോക്കിക്കൊണ്ട് ഞാൻ വിൺവാക്കു പറഞ്ഞു:

“വിഷമിക്കാതിരിക്കൂ. നിങ്ങളുടെ സഹോദരിക്കു കുഴപ്പമൊന്നും വരില്ല.”

പെട്ടെന്നുതന്നെ പ്രസരിപ്പ് വീണ്ടെടുത്ത് വൃദ്ധ പറഞ്ഞു:

“ഇൻസ്പെക്ടർ, നിങ്ങൾ എത്ര നല്ലവനാണ്. ഈശോ നിങ്ങളെ അനുഗ്രഹിക്കും.”

ഞാൻ പുഞ്ചിരിച്ചുകൊണ്ടു കൈകൂപ്പി.

“നിങ്ങളുടെ ജോലി കഴിയാറായോ ഇൻസ്പെക്ടർ?”

“ഉവ്വ്. തിരിച്ച് വെല്ലിങ്ടണിൽ എത്തണനേരംമാത്രം.”

“അതു നന്നായി. പുലർച്ചെ തുടങ്ങിയതായിരിക്കും അല്ലേ? നല്ല ക്ഷീണമുണ്ടാകും.”

ട്രെയിൻ മാനയിൽ എത്തിയപ്പോൾ ഞാൻ വൃദ്ധയെ കൈപിടിച്ച് ഇറങ്ങാൻ സഹായിച്ചു.

പ്ലാറ്റ്ഫോമിൽവച്ച് എന്റെ കൈയിൽ മറ്റൊരു ചുംബനംകൂടെ അവർ നല്കി. ഞാൻ അവരെ ആശ്ലേഷിച്ചു.

“ഇനി നമ്മൾതമ്മിൽ കാണില്ലായിരിക്കും, അല്ലേ ഇൻസ്പെക്ടർ?"

മുഖത്തെ വലകെട്ടുകൾ പുഞ്ചിരിയിൽ തമ്മിൽപ്പിണഞ്ഞ് കൂടുതൽ സങ്കീർണ്ണമായി. ഇരയ്ക്കുമേൽ ചാടിവീഴാനെന്നപോലേ കവിളിലെ പാലുണ്ണി തൊലിമടക്കിൽ കൗശലത്തോടെ പതുങ്ങി, പതുങ്ങി.

റ്റിറ്റഹിബേയിൽനിന്നു വീശിക്കൊണ്ടിരുന്ന കാറ്റിൽ വൃദ്ധയുടെ പഞ്ഞിപോലുള്ള മുടി പാറിപറക്കുമ്പോൾ, ഇരുവശങ്ങളിൽനിന്ന് പടയാളികളെപോലേ ഇറങ്ങിവന്ന വാതിലുകൾ ഞങ്ങൾക്കിടയിൽ അതിർ വരഞ്ഞു. വൃദ്ധ പുറത്ത് കൈവീശിക്കൊണ്ടു നിന്നു.

അകന്നുപോകുന്ന ട്രെയിനിനുള്ളിൽനിന്നു പുഞ്ചിരിച്ചുകൊണ്ടു ഞാനും കൈവീശിക്കൊണ്ടിരുന്നു.

"ഇനി കാണലുണ്ടാവില്ല."

"എത്രയോ യാത്രക്കാർ! എത്രയോ ജീവിതാനുഭവങ്ങൾ!"

വെറുതേ പിറുപിറുത്തു.

തലേ ആഴ്ചയിൽ, ടിക്കറ്റിന്റെ പണം കൈയിൽത്തരാതെ സീറ്റിൽ വച്ച് മുഖംവെട്ടിച്ചിരുന്ന വെള്ളക്കാരിയായ മറ്റൊരു യാത്രക്കാരിയുടെ മദ്യം മണക്കുന്ന വാക്കുകൾ ഓർമ്മയിൽ തികട്ടിവന്നു.

"നിന്റെ നാട്ടിൽനിന്നുള്ളവർക്ക് ഇങ്ങനെ മതി.

***

ചാരനിറമുള്ള ഉരുളൻകല്ലുകൾ നിറഞ്ഞ നദിക്കു കുറുകേയുള്ള പാലത്തിലൂടെ ട്രെയിൻ വേഗം കുറച്ചുനീങ്ങുമ്പോൾ, ഞാൻ വെറുതേ ഉരുവിട്ടു.

"അതേ, ജീവിതത്തിനുമാത്രമല്ല, ദിവസങ്ങൾക്കും നിറഭേദങ്ങളുണ്ട്."

യിഡാക്കി

ഓരോ ദിവസവും തികച്ചും വ്യത്യസ്തമാണെങ്കിൽക്കൂടെ അവയ്ക്കൊക്കെ ഒരാവർത്തനസ്വഭാവമുണ്ടെന്ന വിചിത്രമായ ഒരു സംഗതിയാണ് ഞാനിപ്പോൾ ആലോചിച്ചത്.

ചില ദിവസങ്ങളിൽ എല്ലാം പതിവുപോലേതന്നെ. എന്നാൽ മറ്റു ചില ദിവസളിൽ ആകസ്മികങ്ങളായ സംഭവങ്ങളുടെ ചങ്ങലതന്നെ സൃഷ്ടിക്കപ്പെട്ടേക്കാം. ഉദാഹരണത്തിന്, ഇന്നലെ ഞാൻ ചെല്ലുമ്പോൾ അവൻ ശാന്തനായിരുന്നു. അതിന്റെ തലേദിവസവും അങ്ങനെതന്നെ.

അവൻ താമസിക്കുന്ന വീടിരിക്കുന്നത് ഒരു കൾ-ഡി-സാക്കിലാണ്. റോഡിന്റെ എതിർവശം, നട്ടുപിടിപ്പിച്ച യൂക്കാലിമരങ്ങൾ നിറഞ്ഞ കാടാണ്. അതിര്, മതിൽ കെട്ടി തിരിച്ചിട്ടുണ്ട്. നിശ്ചിതയകലംപാലിച്ചുള്ള വീടുകൾക്കുമുമ്പിൽ വേലികളും വാതിലുകളുമുണ്ട്. എല്ലാം സർക്കാർവക വീടുകൾ. അവിടുത്തെ അന്തേവാസികൾ മാനസികവും ബൗദ്ധികവും ശാരീരികവുമായ പ്രശ്നങ്ങൾ ഉള്ളവരാണ്. അതിൽ ചിലർ അക്രമാസക്തരുമാണ്.

റിസേർവ്വവനത്തിൽനിന്നു വഴിതെറ്റിവന്ന രണ്ടു വാലബികൾ (ചെറിയ ഇനം കംഗാരു) വഴിയുടെ അറ്റത്ത് ദിക്കുമുട്ടി എവിടേക്കു പോകണമെന്നറിയാതെ പച്ചകുതിരകളെപ്പോലേ ചാടിനടക്കുന്നു. ആ കാഴ്ച കണ്ട് മരവേലിക്കു മുകളിൽ കുന്തിച്ചിരുന്ന് ഉച്ചത്തിൽ പൊട്ടിച്ചിരിക്കുന്നുണ്ട് രണ്ടു കുക്കുബാറപ്പക്ഷികൾ. ഈ കാഴ്ചകൾ പതിവുള്ളതല്ല.

ഇന്നത്തെ ദിവസത്തിന്റെ തുടക്കത്തിലുള്ള വ്യത്യസ്തതകളാണ് ആ കാഴ്ചകൾ.

ലൈഫ്സ്റ്റൈൽസപ്പോർട്ടുവർക്കറെന്നനിലയിൽ ഇന്ന് അഞ്ചു മണിക്കൂർ നേരത്തേക്കാണ് മോണ്ടിയെ പുറത്തുകൊണ്ടുപോകേണ്ടത്. അതിൽ അവന്റെ അമ്മയുടെ വീടുസന്ദർശനവും ഉൾപ്പെടും.

മുപ്പത്തിരണ്ടു വയസ്സിന്റെ ശരീരവളർച്ചയും ആരോഗ്യവും മോണ്ടിയ്ക്കുണ്ട്. ബുദ്ധിവളർച്ച പക്ഷേ, കൊച്ചുകുഞ്ഞിന്റേതാണ്.

അവന്റെ തലച്ചോറിൽ നടക്കുന്ന സങ്കീർണ്ണമായ സംഘട്ടനങ്ങളുടെ പ്രതിഫലനംപോലേ, ഇടയ്ക്കിടെ തല ഭിത്തിയിൽ ശക്തിയായ് ഇടിക്കും. വാതിലുകൾ കൊട്ടിയടക്കും. വീടിന്റെ പിന്നാമ്പുറത്തുള്ള ചുറ്റുവേലിയുള്ള തുറസ്സായ സ്ഥലത്തേക്ക് ഒച്ചവച്ചുകൊണ്ട് ഓടും. അവന്റെ പരാക്രമങ്ങൾ കണ്ടു ഭയന്ന്, ആരും ഉപയോഗിക്കാത്ത നീന്തൽക്കുളത്തിനു കരയിലിരിക്കുന്ന കാട്ടുതാറാവുകൾ ചിറകടിച്ച് ദൂരേക്കു പറന്നുപോകും. പുരപ്പുറത്തെ സോളാർപ്പാനലുകൾക്കടിയിൽ പകലുറക്കത്തിൽ കഴിയുന്ന വയസ്സൻപോസ്സം കണ്ണു ചിമ്മിത്തുറന്ന് 'ഓ! ഈ പിത്തലാട്ടം പതിവുള്ളതല്ലേ' എന്നു പുലമ്പികൊണ്ടു വീണ്ടും ചുരുണ്ടുകൂടി ഉറങ്ങുവാനുള്ള വട്ടംകൂട്ടും.

ഇതിൽ ചില കാര്യങ്ങൾ ഇന്നും ആവർത്തിക്കപ്പെട്ടേക്കാം. അങ്ങനെ ആവാതെയുമിരിക്കാം.

ഗേറ്റ് തുറന്ന് അകത്തേക്കു കടക്കുമ്പോൾ, മോണ്ടിയുടെ ഇന്നത്തെ മൂഡ് എന്തായിരിക്കും എന്നായിരുന്നു എന്റെ ചിന്ത. ശാന്തനാണെങ്കിൽ മാത്രമേ മോണ്ടിയെ പുറത്തുകൊണ്ടുപോകാൻ പറ്റൂ. അല്ലെങ്കിൽ ആ വീട്ടിൽ ആ ഷിഫ്റ്റിൽ അവനെ നോക്കുന്ന കെയർവർക്കറുടെകൂടെ കുറച്ചു സമയം ചെലവഴിച്ച് മടങ്ങിപ്പോകാം.

ശമ്പളത്തിൽ കുറവൊന്നുമുണ്ടാകില്ല.

ഇഴജീവികളും പ്രാണികളും അകത്തേക്കു കടക്കാതെയുള്ള വലവാതിൽമാത്രമേ അടച്ചിട്ടുള്ളൂ. പൂട്ടിയിട്ടില്ല. മുട്ടി വാതിൽ തുറന്ന് അകത്തു കടന്നപ്പോൾ അവൻ കൗച്ചിൽ ഇരിക്കുന്നതു കണ്ടു. 'കുഴൽസംഗീതം' ചുണ്ടിൽ തുടികൊള്ളുന്നുണ്ട്. കാറ്റിന്റെ സ്വരജതികൾ സൃഷ്ടിക്കുന്ന സ്ഥായീവിന്യാസങ്ങളിൽ അതു ശക്തിപ്രാപിച്ച് ചിലപ്പോൾ കൊടുങ്കാറ്റിന്റെ ഹുങ്കാരത്തെവരെ സൃഷ്ടിച്ചേക്കാം. ചിതൽ തുരന്നുതിന്ന ഇളം യൂക്കാലിമരക്കൊമ്പുകളുടെ അകംപൊള്ളകളിൽനിന്നു മുതുമുത്തശ്ശന്മാർ നാല്പതിനായിരം വർഷങ്ങൾക്കുമുമ്പ് സൃഷ്ടിച്ചെടുത്ത യിഡാക്കിയെന്ന സംഗീതോപകരണത്തിന്റെ അപൂർവ്വനാദം ചുണ്ടുകൾക്കിടയിലൂടെ

ഉതിർന്നുവീഴുന്നുണ്ടെങ്കിൽ മോണ്ടി സന്തോഷവാനാണ്. അവന്റെ ചേഷ്ടകളിൽനിന്നാണ് മൂഡ് മനസ്സിലാക്കാൻ കഴിയുന്നത്. യിഡാക്കി യുടെ സൗമ്യവും രൗദ്രവുമായ സങ്കീർണ്ണഭാവങ്ങളെ അവൻ എങ്ങനെ സ്വായത്തമാക്കി എന്നത് എന്നെ അദ്ഭുതപ്പെടുത്താറുണ്ട്.

പിണച്ചുവച്ച പാദങ്ങൾ തറയിൽ താളംപിടിച്ചുകൊണ്ട്, അവൻ എന്നെ സാകൂതം നോക്കി.

നിഷ്കളങ്കമായ മുഖം.

ആദ്യമായ് അവനെ കാണുന്നവർക്കു കുറവുകളെന്തെങ്കിലും ഉണ്ടെന്നു തോന്നുകയില്ല.

പുഞ്ചിരിച്ചുകൊണ്ട് ഞാൻ അവന്റെ അടുക്കലേക്കു നടന്നു. മുമ്പിലിരി ക്കുന്നത് ഒരു യുവാവാണെന്നു എനിക്കു തോന്നിയില്ല. വലംകൈ ഞാൻ അവനു നേരേ നീട്ടി. അതാണ് പതിവ്.

അവൻ എന്റെ കൈയിൽ പിടിച്ചു. അതാണ് ഞങ്ങളുടെ ഗ്രീറ്റിംഗ്സ്. അത്രമാത്രം. അധികം വാക്കുകൾ അവനു മനസ്സിലാവില്ല. പറയാനും കഴിയില്ല. അതുകൊണ്ട് ഞങ്ങളുടെ സംഭാഷണങ്ങൾ ചുരുക്കമാണ്. എങ്കിലും ആംഗ്യഭാഷയ്ക്ക് ആകാരഭംഗി കൂടുതലുണ്ട്. ആകർഷകത്വവും. അവന്റെ മുഖത്തു നോക്കി ചിരിക്കുമ്പോൾ പിതൃനിർവിശേഷമായ വാത്സല്യം എന്റെയുള്ളിൽ നിറയും.

'മോഷ്ടിക്കപ്പെട്ട' ആസ്ത്രേലിയൻ ആദിവാസിത്തലമുറയിലെ ഇളം കണ്ണികളിൽ ഒന്നാണ് അവൻ. പ്രസവത്തിലുണ്ടായ കാലതാമസമാണ് ഇന്നത്തെ അവന്റെ ഈ അവസ്ഥയ്ക്കു കാരണം.

ഇളംതവിട്ടിൽ കറുപ്പ് കുറുക്കിയൊഴിച്ചപോലെ അവന്റെ ശരീരത്തി ന്റെ ചില ഭാഗങ്ങളിൽ തൊലിക്കു നിറവ്യത്യാസമുണ്ട്. കരിങ്കറുപ്പിന്റെ, ഉണങ്ങിപ്പിടിച്ച പരലുകൾപോലെ തോന്നിക്കുന്ന ഭാഗങ്ങൾ തൊലി പ്പുറത്തെ ത്വക്കുരോഗമാണെന്നാണ് ഞാൻ ആദ്യം കരുതിയത്. അല്ല, അതാണവന്റെ നിറമെന്നു പ്രേതകഥകൾ ഇഷ്ടപ്പെടുന്ന, അവന്റെ വംശജയായ കെയററെർ ആൻഡ്രിയയാണ് പറഞ്ഞത്. കഴുകിക്കളയാൻ നോക്കിയിട്ടും പറ്റിപ്പിടിച്ചിരിക്കുന്ന കറുപ്പുനിറത്തിലൂടെ, പൂർവ്വികരുടെ ജനിതകാംശങ്ങൾ പ്രകൃതി അവനിൽ അലിയിപ്പിച്ചുചേർത്തിരിക്കുന്നു.

ഇന്ന് ഞാനവനെ ആദ്യം കൊണ്ടുപോകുന്നത് ന്യൂഫാംപാർക്കിലേ ക്കാണ്. അവിടെ ബ്രിസ്ബേൻനദിയുടെ തീരത്തുള്ള കഫെനിൽനിന്ന് ഒരു ഫ്ലാറ്റ് വൈറ്റ് കോഫിയും ബ്ലൂബെറിമഫിനും വാങ്ങിക്കൊടുക്കണം. പിന്നെ, നദിയുടെ തീരത്തുള്ള നടപ്പാതയിലൂടെ കുറച്ചു നടക്കണം.

പാർക്കിലെ ജാഗരാന്തമരങ്ങളിൽ വിശ്രമിക്കുന്ന പക്ഷികളെ കാണുന്നത് അവനിഷ്ടമാണ്. പൊന്തകളിൽ ഒളിച്ചിരിക്കുന്ന കാട്ടുടർക്കികളിൽ ഒരെണ്ണം വെളിമ്പ്രദേശത്തേക്കിറങ്ങിയാൽ കാര്യങ്ങൾ കുറച്ചുകൂടെ ഉഷാറാകും. അതിന്റെ പിന്നാലെ ചൂചൂ എന്നു വിളിച്ചുകൊണ്ട് കുറച്ചു നേരം അവനു അതിനെ പിന്തുടരാം. കൃത്രിമജലാശയത്തിന്റെ പൊന്തകളിൽ പാത്തിരിക്കുന്ന മാക്കാച്ചിത്തവളകൾ പോക്രോംപോക്രോം എന്ന് അവനെക്കണ്ട് ആർത്തുവിളിച്ചാൽ അവന് ഒത്തിരി സന്തോഷമാകും. തവളകളുടെ കരച്ചിൽ അനുകരിക്കാനുള്ള അവന്റെ പാടവവും അനന്യസാധാരണമാണ്.

വാലെറ്റിന്റെ രഹസ്യയറയിൽ അമ്മ ഒരു ഫ്രോഗ്കോയിൻ ഒളിപ്പിച്ചുവച്ചിരിക്കുന്ന കാര്യം അവനറിയില്ല. ഗോത്രവിശ്വാസത്തിന്റെ പ്രതീകമായ തവള, നഷ്ടങ്ങളെ മാറ്റി സമൃദ്ധിയെ പെരുപ്പിക്കും എന്ന് അമ്മ വിശ്വസിക്കുന്നു. ആ കോയിൻ കാണുമ്പോഴൊക്കെ ഉത്തരമില്ലാത്ത ഒരു ചോദ്യം ഞാൻ സ്വയം ചോദിക്കും.

“അവനു നഷ്ടപ്പെടാൻ ഇനി എന്തെങ്കിലുമുണ്ടോ?"

മോണ്ടി ഇന്നു നല്ല മൂഡിലാണ്. അധികം വൈകാതെ, വെള്ളംചേർത്ത് നേർപ്പിച്ച നാരങ്ങാരുചിയുള്ള കോർഡിയൽ അവനു കുടിക്കാനായ് എടുത്തുകൊണ്ട്, താമസിയാതെ ഞങ്ങൾ നൃഫാംപാർക്കിലേക്കു പുറപ്പെട്ടു. യാത്രയിൽ മിനിബസ്സിന്റെ പുറകിലെ സീറ്റിൽ അവന്റെ ചേഷ്ടകൾ ഓരോന്നും കണ്ണാടിയിലൂടെ ഞാൻ നോക്കിക്കാണുന്നുണ്ടായിരുന്നു. ചുണ്ടിൽനിന്നു മൂളിപ്പാട്ട് ഇനിയും ഒഴിഞ്ഞിട്ടില്ല. ഇടയ്ക്കു കണ്ണാടിയിൽ എന്റെ നോട്ടം അവന്റേതുമായ് കൂട്ടിമുട്ടി. എനിക്കു കുസൃതി തോന്നി. ഞാൻ അവനെ രണ്ടു കണ്ണുകളും ഇറുക്കികാണിച്ചു. അവന്റെ മുഖത്ത് ഭാവഭേദമൊന്നും കണ്ടില്ല. ചിലപ്പോൾ അവൻ അങ്ങനെയാണ്. ഒന്നും മനസ്സിലാകില്ല. അവന്റെ മനസ്സിലെ ചിന്തകൾ എന്തൊക്കെയായിരിക്കും എന്നു ഞാൻ ആലോചിച്ചുനോക്കാറുണ്ട്. അവൻ ഒച്ചവയ്ക്കുമ്പോഴും ശാന്തനായിരിക്കുമ്പോഴും എന്തൊക്കെയാണ് അവന്റെ മനസ്സിലൂടെ കടന്നുപോകുന്നത് എന്നു ഞാൻ വെറുതേ ആലോചിക്കും. എനിക്ക് ഒരു പിടിയും കിട്ടാറില്ല.

***

മെയിൻറോഡിലേക്ക് വാഹനം എത്തുന്നതിനു തൊട്ടുമുമ്പ്, ഇന്ന് എന്തുകൊണ്ട് അവനെ മറ്റിരിടത്തേക്കു കൊണ്ടുപോയ്ക്കൂടാ എന്ന ചിന്ത എനിക്കുണ്ടായി. ‘പർഗ്ഗ’ ആദിവാസിസെമിത്തേരിയും ഹാർഡിങ്സ്

പാഡക്കും മുൻഗണനയിൽ വന്നു. അവന്റെ പിതാക്കന്മാരുടെ സംസ്കാരത്തെ പഠിക്കാനുള്ള എന്റെ അഭിനിവേശത്തോടൊപ്പം മൺമറഞ്ഞുപോയ പ്രിയപ്പെട്ടവരുടെ ശവകുടീരങ്ങളെ സന്ദർശിക്കാൻ അവന് ഒരവസരവും ആകട്ടെ എന്നു ഞാൻ കരുതി. പർഗ്ഗക്രീക്കുമിഷന്റെ കീഴിലാണ് 'ഹിസ്റ്റോറിക്കൽ പീപ്പിൾ' എന്നു പേരു ചാർത്തിവിളിക്കപ്പെട്ട അവന്റെ തൊട്ടുമുമ്പിലുള്ള തലമുറകൾ വളർന്നുവന്നത്.

പിതാക്കന്മാരുടെ ഭൗതികശരീരങ്ങൾ അലിഞ്ഞുചേർന്ന മണ്ണിൽ, അവരുടെ ആത്മാക്കൾ അവന്റെ പാദസ്പർശം ആഗ്രഹിക്കുന്നുണ്ടെങ്കിലോ?

***

ഇപ്സ്വിച്ച് - ബ്രൂനാറോഡിന്റെ കൈവഴിപോലെ തിരിയുന്ന റോഡിന്റെ തുടക്കത്തിൽ, വലതു വശത്തെ ഫീൽഡിൽ മേയുന്ന കുതിരകൾ അവനെ ആകർഷിച്ചില്ല. ചുണ്ടിലെ മൂളക്കങ്ങൾ അപ്പോൾ കേൾക്കാനുണ്ടായിരുന്നില്ല. കുറച്ചു വാരകൾക്കുശേഷം മൺവഴിയിലേക്കു കയറിയ വാഹനം ഏറ്റവും വേഗം കുറച്ചാണ് ഞാൻ ഓടിച്ചിരുന്നത്. അവന്റെ ഭാവഹാവാദികൾ കണ്ണാടിയിലൂടെ അപ്പോഴും ഞാൻ ശ്രദ്ധിക്കുന്നുണ്ടായിരുന്നു.

ഇരുവശങ്ങളിലും വളർന്നുനില്ക്കുന്ന യൂക്കാലിമരങ്ങൾക്കിടയിലെ ഉണങ്ങിയ പുൽക്കൂട്ടങ്ങൾക്കിടയിൽ ഇരുകാലിൽ നിന്നെത്തിനോക്കുന്ന ചെറിയ കംഗാരുക്കൂട്ടത്തെ കണ്ടതേ അവന്റെ ചുണ്ടിൽ ഒരു ചിരി വിരിഞ്ഞു. ജനിസ്മൃതികളുടെ വെളിച്ചം ഓർമ്മകളിൽ ഒളിവീശിയപോലേ, അടുത്തനിമിഷം കുഴൽസംഗീതം അവന്റെ സിരകളിൽ നുരഞ്ഞുപൊന്തി, ശാന്തമായ് ബഹിർഗ്ഗമിക്കാൻ തുടങ്ങി. തഴുകിവീശുന്ന കാറ്റിന്റെ സംഗീതം.

കംഗാരുക്കൾ തലയുയർത്തി അതിന്റെ ഉറവിടം എവിടെയെന്നു നോക്കി.

പിന്നെ, വാഹനത്തിന്നരുകിലേക്കു വാലിൽക്കുത്തി ചാടിച്ചാടിവന്നു. കൊച്ചുകുട്ടികളുടേതുപോലേ അവന്റെ മുഖം സന്തോഷംകൊണ്ടു തുടുത്തു. അല്പനേരം വാഹനം അവിടെ നിറുത്തി, കംഗാരുക്കളെ അടുത്തുകാണുവാൻ അവന് അവസരമൊരുക്കി. ചില നിമിഷങ്ങൾക്കുശേഷം വാഹനം അകന്നുപോകുമ്പോഴും പിന്നിൽ കൗതുകത്തോടെ ആ മൃഗങ്ങൾ നോക്കിനില്ക്കുന്നുണ്ടായിരുന്നു.

***

‘പർഗ്ഗ അബോറിജിനൽ സെമിറ്ററി റിസേർവ്.’

ഹാരോൾഡ് ബ്ളയറെന്ന ലോകപ്രശസ്തനായ ആദിവാസിസംഗീതജ്ഞന്റെ മരണസ്മാരകത്തിന്റെ വശങ്ങളിലുയർത്തിയ വെള്ളബോർഡിലെ കറുത്തയക്ഷരങ്ങൾ, ഒറ്റപ്പെടുത്തപ്പെട്ട ഒരു സമൂഹത്തിന്റെ മുഴുദയനീയതയെയും പേറിക്കൊണ്ട്, എനിക്കു നേരേ ഇമയനക്കാതെ നോക്കി. കമ്പിവലകളിൽ കെട്ടിത്തിരിക്കപ്പെട്ട ഇത്തിരിനിലത്ത് വാടിയ പുഷ്പങ്ങൾകൊണ്ടലങ്കരിച്ച ശവസ്മാരകങ്ങളും കരിങ്കുരിശുരൂപങ്ങളും സ്വത്വവും മണ്ണും മോഷ്ടിക്കപ്പെട്ട, ക്രൂരമായ് പീഡിപ്പിക്കപ്പെട്ട ഒരു വർഗ്ഗത്തിന്റെ യാതനകളുടെയും അവഗണനകളുടെയും പ്രതീകങ്ങൾപോലേ മൗനമായ് തലതാഴ്ത്തി നിന്നു. എന്റെ മനസ്സിലും ഒരു ഗൂഢവിഷാദം ആ നിമിഷം ഉടലെടുത്തു.

വഴിയരുകിൽ വാഹനം പാർക്കുചെയ്ത്, അവന്റെ കൈകളിൽ കോർത്തുപിടിച്ച് ഞാൻ സെമിത്തേരിക്കരികിലേക്കു നടന്നു. മോണ്ടി ശാന്തനായിരുന്നു. മഴ പെയ്ത വെള്ളക്കുഴിയിൽ പതുങ്ങിയിരുന്ന തവളകൾ ‘പോക്രോം’കരഞ്ഞപ്പോൾ എന്റെ കൈ വിട്ടുവിച്ച് അവൻ തുള്ളിച്ചാടി, ശബ്ദം കേട്ട ദിക്കിലേക്കോടി. ഞാൻ അവനെ തടയുകയോ പിന്തുടരുകയോ ചെയ്തില്ല. അവൻ തുള്ളിച്ചാടി സന്തോഷിക്കട്ടെ എന്നാണെനിക്കു തോന്നിയത്. തവളകളെത്തേടി, കാണാതെ ആകാംക്ഷയടങ്ങി മടങ്ങിവന്നപ്പോൾ ഞാനവനെ സെമിത്തേരിയുടെ അരികിലേക്കു നയിച്ചു. കാറ്റടങ്ങിയ മരച്ചില്ലകൾ നിശ്ശബ്ദം അവനെ വീക്ഷിച്ചുകൊണ്ടിരുന്നു. അവന്റെ ചുണ്ടിൽ ആദിമസംഗീതത്തിന്റെ താളം ഉരുത്തുരിയുന്നുണ്ടോ എന്നു ഞാൻ ഉറ്റുനോക്കി. അവൻ ഒന്നും തന്നെ ഉരിയാടിയില്ല. ശാന്തനായ് ഓരോ ഹെഡ്സ്റ്റോണിനെയും എന്റെ അരികിൽനിന്ന് അവൻ നോക്കിക്കൊണ്ടിരുന്നു. പണ്ടെങ്ങോ വെട്ടിമാറ്റപ്പെട്ട മരത്തിന്റെ വലിയ ഉൾപ്പോതിൽ നട്ടുപിടിപ്പിച്ചിരിക്കുന്ന കള്ളിച്ചെടിയുടെ അരികോളം ഞങ്ങൾ നടന്നു. ഭടന്മാരെപോലേ സെമിത്തേരിയുടെ കവാടത്തിൽ കാവൽ നിന്നിരുന്ന, രണ്ടു യൂക്കാലിവൃക്ഷങ്ങൾ, ഞങ്ങളുടെ നീക്കങ്ങളെ സാകൂതം നിരീക്ഷിക്കുന്നുണ്ടായിരുന്നു.

അല്പസമയം അവിടെ ചെലവിട്ടശേഷം ഞങ്ങൾ വാഹനത്തിന്നരികിലേക്കു നടന്നു. പുല്ലുകൾക്കിടയിൽ പൂത്തുനിന്നിരുന്ന അലിഗേറ്റർവീഡിന്റെ വെളുത്ത രണ്ടു പുഷ്പങ്ങൾ പറിച്ചെടുത്ത്, അലങ്കരിക്കപ്പെടാത്ത ഒരു ശിലാഫലകത്തിന്മേലേക്ക് അവൻ എറിഞ്ഞു. അവന്റെ പ്രവൃത്തിക്കു പിന്നിൽ ഒരുദ്ദേശ്യവും ഉണ്ടാവുകയില്ലെന്ന് എനിക്കറിയാമായിരുന്നു. അവൻ നില്ക്കുന്ന ഭൂമിയുടെ പ്രത്യേകതപോലും അവന് അറിയില്ലല്ലോ.

എങ്കിലും അവന്റെ പ്രവൃത്തി എന്നെ സന്തോഷിപ്പിച്ചു. അറിയാതെയെങ്കിലും മറഞ്ഞുപോയ തലമുറകൾക്ക് അവന്റെവക ഒരു പുഷ്പാർച്ചനയെന്നു ഞാനവന്റെ പ്രവൃത്തിയെ വ്യാഖ്യാനിച്ചു.

സെമിത്തേരിയിൽനിന്നിറങ്ങി വാഹനത്തിലേക്കു കയറുമ്പോൾ, പെട്ടെന്നു വീശിയ ഒരു കാറ്റിൽ ശബ്ദങ്ങളെ അടക്കിപിടിച്ച്, മൗനമവലംബിച്ചുനിന്ന മരച്ചില്ലകൾ കൂട്ടത്തോടെ ആർത്തുവീശി. പോക്രോംതവളകൾ ഇടവിടാതെ വീണ്ടും ഉറക്കെ കരഞ്ഞു. മരചില്ലകളിലെ തത്തകളും മറ്റുപക്ഷികളും ഇടവിടാതെ ചിലച്ച് ശബ്ദമുണ്ടാക്കി. അടുത്ത നിമിഷം കുഴൽനാദം ഏറ്റവും ഹുങ്കാരത്തോടെ അവന്റെയുള്ളിൽനിന്നു പുറത്തേക്കൊഴുകാൻ തുടങ്ങി. അത് അന്തരീക്ഷത്തിൽ അലകൾ തീർത്ത്, മരച്ചില്ലകളെ തഴുകി, കാടിനുള്ളിലേക്കു ചൂളംവിളിച്ച് പാഞ്ഞുപോയി.

അസാധാരണമായ എന്തോ ഒന്നു സംഭവിച്ചുവെന്ന് എനിക്കാ നിമിഷം തോന്നി. പ്രകൃതിക്കതീതമായ എന്തോ ഒന്ന്. ആ മണ്ണിലെ അവന്റെ സാന്നിദ്ധ്യം ആരൊക്കെയോ തിരിച്ചറിഞ്ഞിരിക്കുന്നോ? എങ്കിലും ഭയം എന്നെ ഗ്രസിച്ചതേയില്ല. മാത്രമല്ല, അതൊക്കെ എന്റെ അപ്പോഴത്തെ മാനസികാവസ്ഥകൊണ്ടുള്ള വെറും തോന്നലായിരിക്കാം എന്നു ഞാൻ സമാധാനിക്കുകയും ചെയ്തു. താമസിയാതെ വാഹനം സ്റ്റാർട്ടുചെയ്ത് അല്പംമാത്രം ദൂരേയുള്ള ഹാർഡിങ്സ് പാർക്കിലേക്കു ഞങ്ങൾ നീങ്ങി.

മഴക്കെടുതികൾക്കുശേഷം പിക്നിക്കേരിയ പൊതുജനങ്ങൾക്കു തുറന്നുകൊടുത്തിട്ടേ ഉണ്ടായിരുന്നുള്ളൂ. പ്രകൃതിയുടെ സ്വച്ഛതയും സ്വൈര്യവും ഇഷ്ടപ്പെടുന്നവർക്കു സന്ദർശിക്കാൻ പറ്റിയ ഒരിടമാണ് ഹാർഡിങ്സ് പാർക്ക് . പുതിയതായ് പണിത കമ്മ്യൂണിറ്റിഹട്ടിനോടുചേർന്ന് ഉയരമുള്ള ഉരുളൻതടികളിൽ അബോറിജിനൽപ്രതീകങ്ങളുടെ നിറങ്ങൾ ഇടവിട്ട് പെയിന്റുചെയ്തിരുന്നു. അവയ്ക്ക് ഓരോന്നിനും ഉയരവ്യത്യാസമുണ്ടായിരുന്നു. നിറങ്ങളിൽ മഞ്ഞ, സൂര്യനെയാണ് പ്രതിനിധീകരിക്കുന്നത്. കറുപ്പ് അവരെത്തന്നെയും. അല്പം മാറി, മരക്കൂട്ടങ്ങൾക്കിടയിലേക്കു നയിക്കുന്ന വഴിയരികിൽ കുത്തനെനാട്ടിയ വലിയ സാൻഡ്സ്റ്റോണുകളിൽ ഗോത്രപേരുകൾക്കു താഴേ സർപ്പത്തിന്റെയും ഉരഗത്തിന്റെയും തവളയുടെയും ചിത്രങ്ങൾ വരച്ചുവച്ചിരിക്കുന്നു.

കുട്ടികളുമായ് പിക്നിക്കിനു വന്ന ചെറുപ്പക്കാരിയായ ഒരു വെള്ളക്കാരിയും മക്കളും മേൽക്കൂരയുള്ള ബാർബക്യൂ ഏരിയായിൽ ഇറച്ചി മൊരിക്കുന്ന തിരക്കിലാണ്. അല്പം അകലെ വാഹനം പാർക്കുചെയ്ത്, മോണ്ടിയുമായ് ഞാൻ പുറത്തിറങ്ങി. തൊട്ടടുത്തുതന്നെയുള്ള വെള്ളക്കെട്ടിൽ

നീർപ്പക്ഷികൾ നീന്തിത്തുടിക്കുന്നുണ്ടായിരുന്നു. ക്യാമ്പിങ്ങേരിയയിൽ ഒരു ചെറുപ്പക്കാരൻ കൊച്ചുകുട്ടിയെ കൈയിൽ പിടിച്ചുനടക്കുന്നുണ്ട്. അയാൾ ഇടയ്ക്കിടെ ഞങ്ങളെ നോക്കുന്നുമുണ്ട്.

മോണ്ടി അലസമായ് അതിലെയും ഇതിലെയും നടന്നു. മൊരിക്കുന്ന മാംസത്തിന്റെ ഗന്ധം അവനെ ആകർഷിച്ചു. അവിടേക്കു നടക്കാൻ തുടങ്ങിയ അവനെ ഞാൻ തടഞ്ഞു. മടങ്ങിപ്പോകുന്നതാണ് ഉചിതമെന്നു മനസ്സ് പറഞ്ഞതുകൊണ്ട് ഞാൻ അവനെ പെട്ടെന്നു വാഹനത്തിൽ കയറ്റി.

എന്റെ ചെവിയിൽ അസുഖകരമായ വംശാധിക്ഷേപത്തിന്റെ കടുത്ത വാക്കുകൾ പതിഞ്ഞതപ്പോഴായിരുന്നു.

ഞാൻ തിരിഞ്ഞുനോക്കി. വെറുപ്പ് സ്ഫുരിക്കുന്ന മുഖത്തോടെ അവനെ നോക്കിനില്ക്കുകയായിരുന്നു ചെറുപ്പക്കാരിയായ സ്ത്രീ.

എന്റെ സിരകളിൽ രക്തം തിളയ്ക്കുന്നതു ഞാൻ അറിഞ്ഞു.

ഡോർ ലോക്കുചെയ്ത് ഞാൻ അവരുടെ അടുക്കലേക്കു നടന്നു. എന്റെ മുഖം മുറുകിയിരുന്നു. ആ നിമിഷത്തിൽ പ്രതികരിക്കാതിരിക്കാൻ എനിക്കു കഴിയുമായിരുന്നില്ല. എങ്കിലും വികാരത്തെ അങ്ങേയറ്റം നിയന്ത്രിച്ചുകൊണ്ടാണ് ഞാൻ സംസാരിച്ചത്.

“ക്ഷമിക്കണം. നിങ്ങൾ ഇപ്പോൾ എന്തെങ്കിലും പറഞ്ഞോ?"

മുന്നിലിരിക്കുന്ന, ഇഷ്ടപ്പെടാത്ത വസ്തു ദേഷ്യത്തോടെ തട്ടിത്തെറിപ്പിക്കുന്നവിധത്തിൽ, അനിഷ്ടത്തോടെ മുഖംവെട്ടിച്ചുകൊണ്ടവർ പറഞ്ഞു,

“ഇല്ല.”

“എന്നാൽ ഞാൻ പറയുന്നു. നിങ്ങൾ പറഞ്ഞു. ഞാൻ അതു കേട്ടു.”

“നിയമത്തിനുമുമ്പിൽ ശിക്ഷയർഹിക്കുന്ന കുറ്റമാണ് നിങ്ങൾ ചെയ്തത്. ചുറ്റും ഒന്നു കണ്ണോടിച്ചുനോക്കണം. ഈ മണ്ണിൽ അവനെക്കാഴിഞ്ഞേ മറ്റാർക്കും അവകാശമുള്ളൂ എന്ന കാര്യം മറക്കരുത്.”

അവർ മുഖം തിരിക്കുകയോ പ്രതികരിക്കുകയോ ചെയ്തില്ല.

കുട്ടികൾ ശ്രദ്ധിക്കാതിരിക്കാൻ ശബ്ദം താഴ്ത്തിയും എന്നാൽ ഊന്നലോടെ, സ്പഷ്ടവുമായിട്ടായിരുന്നു ഞാൻ സംസാരിച്ചത്. അവനുവേണ്ടി, അവന്റെ വംശത്തിനുവേണ്ടി രണ്ടു വാക്കെങ്കിലും പ്രതികരിക്കാൻ കഴിഞ്ഞതിൽ എനിക്കു സന്തോഷം തോന്നി.

***

റോസ്‌വുഡിലേക്കുള്ള യാത്രയിൽ ഒരു കഫെയിൽനിന്നു അവനു മഫിനും കോഫിയും വാങ്ങിക്കൊടുത്തു. മൊരിച്ച കംഗാരുവിറച്ചിയും ഇഷ്ടപ്പെട്ട മറ്റുവിഭവങ്ങളുമായ് അവന്റെ അമ്മ 'വേര' കാത്തിരിക്കുന്നുണ്ടാകും. ഞാൻ അവിടേക്കുള്ള യാത്രയിലാണെന്നു ഫോണിൽ അവരെ വിളിച്ചറിയിച്ചു.

യാത്രയിലുടനീളം എന്റെ ചിന്തകൾ ഈ മഹാഭൂഖണ്ഡത്തിൽ അറുപതിനായിരം വർഷങ്ങൾക്കുമുമ്പ് പൊറുതിതുടങ്ങിയ അവന്റെ പൂർവ്വികരെക്കുറിച്ചായിരുന്നു. കേട്ടും വായിച്ചുമറിഞ്ഞ കാര്യങ്ങൾ മനസ്സ് ചിക്കിച്ചികഞ്ഞുകൊണ്ടിരുന്നു.

ഒരിക്കൽ ഈ മണ്ണ് അവരുടേതുമാത്രമായിരുന്നു എന്നത് ഇന്ന് ചരിത്രമാണ്.

അവന്റെ പൂർവ്വികർ പറഞ്ഞ കഥകളിൽ, പണ്ടു സമുദ്രത്തിൽ ഇത്രയും വെള്ളമില്ലായിരുന്നു. കരകൾതമ്മിലുള്ള ദൂരം കുറവായിരുന്നുതാനും. അക്കാലത്ത് ചില നാടകൾ കരകളെതമ്മിൽ പാലങ്ങളെപ്പോലേ ബന്ധിപ്പിച്ചിരുന്നത്രേ!

പിന്നെപ്പിന്നെയാണ് മഴ തോരാതെ പെയ്യുകയും വെയിൽ ചായാതെനില്ക്കുകയും ചെയ്തത്. അക്കാലംമുതലാണ് മഞ്ഞുപാറകൾ ഉരുകാൻ തുടങ്ങിയത്. കരകൾ അകന്നകന്ന് അപ്രത്യക്ഷമായിപ്പോയത്. അങ്ങനെ ഒറ്റപ്പെട്ടുപോയ ഒരു ഭൂമിയിൽ ചുള്ളിക്കമ്പുകൾകൊണ്ട് അരുവികൾക്കു കുറുകേ തടയണകെട്ടി മീൻപിടിച്ചും വേട്ടയാടിയും അവർ അതിജീവിച്ചു. അങ്ങനെ മനുഷ്യന്റെ ഉല്പത്തിമുതൽ കലർപ്പില്ലാത്ത പാരമ്പര്യം അവകാശപ്പെടാവുന്ന വലിയ ജനസമൂഹമായ് വളർന്നു.

പിന്നീടാണ് വെളുത്ത നിറമുള്ള മനുഷ്യർ കപ്പലുകളിൽ വരാൻ തുടങ്ങിയത്. അവരുടെ വംശത്തിന്റെ എണ്ണം കുറയാൻ തുടങ്ങിയത്. പെണ്ണുങ്ങൾ സങ്കരവർഗ്ഗത്തിൽപ്പെട്ട കുഞ്ഞുങ്ങളെ പ്രസവിക്കാൻ തുടങ്ങിയത്. അവർക്കു ജനിച്ച കുഞ്ഞുങ്ങളെ തട്ടിപ്പറിച്ച് ദൂരദേശങ്ങളിലേക്ക് വിദ്യാഭ്യാസത്തിനും അടിമവേലയ്ക്കുമായ് വലിച്ചിഴച്ചുകൊണ്ടുപോയത്. 'മോഷ്ടിക്കപ്പെട്ട തലമുറ'യെന്നവർ പിന്നീട് അറിയപ്പെട്ടു. 'ഹാഫ് കാസ്റ്റ്' എന്ന രണ്ടുംകെട്ട പേര് വേറേയും ചാർത്തിനല്കപ്പെട്ടു. ആ വിചിത്രനാമത്തിന്റെ ഇരുളിൽ അവർ സ്വന്തം അസ്തിത്വത്തെ ഇന്നും തിരഞ്ഞുകൊണ്ടിരിക്കുന്നു. കണ്ണുനീരിന്റെയും നെടുവീർപ്പിന്റെയും ചരിത്രം. വേട്ടയാടപ്പെട്ട് വംശവും തനിമയും മുടിഞ്ഞുപോയവന്റെ ചരിത്രം. മനുഷ്യനോളം മനുഷ്യനെ വെറുക്കുന്ന ജീവി വേറേയുണ്ടോ?

ചെറുപ്പക്കാരിയായ വെള്ളക്കാരിയുടെ വാക്കുകൾ എന്നെ ചൊടിപ്പിക്കുകമാത്രമല്ല, അസ്വസ്ഥനാക്കുകയുംചെയ്തിരിക്കുന്നു എന്നു ഞാൻ തിരിച്ചറിഞ്ഞു.

ഞാൻ മോണ്ടിയെ നോക്കി. അവൻ വളരെ ശാന്തനായ്, വെറുതേ പുറത്തേക്കു നോക്കിയിരിക്കുകയാണ്.

പന്ത്രണ്ടുമണിയോടുകൂടെ ഞങ്ങൾ വേരയുടെ വീട്ടിലെത്തി. അവർ കാത്തിരിക്കുകയായിരുന്നു.

പടികൾ കയറിച്ചെല്ലുന്ന വരാന്തയിൽനിന്ന് വേര മകനെ കെട്ടിപ്പിടിച്ച് കവിളിൽ ഉമ്മവച്ചു. അവരുടെ നിറവും തവിട്ടുതന്നെയായിരുന്നു.

വരാന്തയിലിട്ടിരുന്ന ചെറിയ തീന്മേശയിൽ അവനുള്ള ഭക്ഷണം മൂടിവച്ചിരുന്നു. വീട്ടിൽച്ചെന്ന നിമിഷംതന്നെ മോണ്ടിയുടെ ശ്രദ്ധ അതിൽ പതിഞ്ഞു. അതവനുള്ളതാണെന്ന് അവനു നന്നായ് അറിയാം. അവൻ ഭക്ഷണത്തിന്നടുത്തേക്കോടി. അവനെ കസേരയിൽ ഇരുത്തി, വേരയും അടുത്തിരുന്നു. എതിർവശത്തായ് മറ്റൊരു കസേരയിൽ ഞാനും ഇരുന്നു. ഓരോ വിഭവങ്ങളും അവൻ ആസ്വദിച്ചുകഴിച്ചുകൊണ്ടിരിക്കുമ്പോൾ, അവർ എന്റെയടുക്കൽ അവനെക്കുറിച്ചു സംസാരിച്ചുകൊണ്ടിരുന്നു.

ഭക്ഷണം കഴിച്ചശേഷം വീടിന്നകത്തും മുറ്റത്തും അവൻ കുറച്ചു നേരം അലസമായ് നടന്നു.

പുറപ്പെടുന്നതിന്നുമുമ്പേ വേരയാണ് അവനെ ടോയ്‌ലെറ്റിൽ കൊണ്ടുപോയത്. ഞാൻ വരാന്തയിലെ കസേരയിൽ കാത്തിരുന്നു. അടുത്ത നിമിഷം ഓ! മൈ ഗോഡ് എന്നൊരു നിലവിളിയും എന്തോ വീണുടയുന്ന വലിയ ശബ്ദവും ഞാൻ കേട്ടു. മോണ്ടിയുടെ അലറിച്ചിരിയിൽ വരാന്തയുടെ മൂലയിൽ ഉറങ്ങിക്കിടന്നിരുന്ന നായ ഞെട്ടിയെഴുന്നേറ്റ് മിഴിച്ചുനോക്കി.

വസ്ത്രങ്ങൾ ഉരിഞ്ഞെറിഞ്ഞ് അവൻ മുറ്റത്തേക്കോടിക്കഴിഞ്ഞിരുന്നു. വീടിന്റെ ഗേറ്റ് തഴുതിട്ടിരുന്നതിനാൽ തെരുവിലേക്കു കടക്കാൻ കഴിഞ്ഞില്ല.

നെറ്റിയിൽനിന്നു ചോരയൊലിപ്പിച്ചുകൊണ്ട് വേര വരാന്തയിലേക്കു വന്നു. എന്താണ് സംഭവിച്ചതെന്നു ഞാൻ ഊഹിച്ചുകഴിഞ്ഞിരുന്നു.

മറ്റൊരു എപ്പിസോഡിന്റെ തുടക്കം.

വേരയെ തള്ളിയിട്ടുകൊണ്ടാണ് അവൻ പുറത്തേക്കോടിയത്. അവരുടെ വീഴ്ചയോടൊപ്പം തട്ടിമറിഞ്ഞ ഏതോ വസ്തുവിന്റെ ശബ്ദമാണ് ആദ്യം കേട്ടത്.

ആ സന്ദർഭത്തിൽ ആരെയാണ് ആദ്യം പരിഗണിക്കേണ്ടത് എന്ന സന്ദേഹം എനിക്കുണ്ടായി.

തൽക്കാലം വീടിന്റെ മതിൽ കടന്ന് അവനു പുറത്തുപോകാൻ കഴിയില്ല. വേരയുടെ മുറിവ് ഞാൻ പരിശോധിച്ചു. അത്ര സാരമുള്ളതല്ല. ഞാൻ മോണ്ടിയുടെ പിന്നാലെ ചെന്നു.

അവൻ നിയന്ത്രണമില്ലാതെ ഒരു കളിയിലെന്നപോലെ വട്ടമിട്ട് ഓടിക്കൊണ്ടിരിക്കുകയാണ്. ഇടയ്ക്കു ഗേറ്റിലോളം ചെന്നു ശക്തിയായ് തലയടിച്ച് അലറിക്കുവുന്നുണ്ട്. നിയന്ത്രിക്കുവാൻ കഴിഞ്ഞില്ലെങ്കിൽ സ്വയം പരിക്കേല്പിക്കുന്നതാണ് അവന്റെ സ്വഭാവം. വേദന അവനു ഹരമാണ്.

ഇത്തരം സന്ദർഭങ്ങൾ അസാധാരണമല്ല. പക്ഷേ, തടഞ്ഞേ പറ്റൂ. പൊട്ടിച്ചിരിച്ചുകൊണ്ട് എന്റെ വാക്കുകളുടെ പ്രലോഭനങ്ങൾക്കു വഴങ്ങാതെ അവൻ അങ്ങുമിങ്ങും ഓടി.

ഞാൻ വരാന്തയിലേക്കു എത്തിനോക്കി. വേരയെ എങ്ങും കാണാനില്ലായിരുന്നു. അവരുടെ മുറിവിനെക്കുറിച്ചോർത്തപ്പോൾ എനിക്ക് ആശങ്കയുണ്ടായി. ഒപ്പം അവന്റെ സുരക്ഷിതത്വത്തെക്കുറിച്ചുള്ള ഉത്ക്കണ്ഠയും. വേര സുരക്ഷിതയാണോ എന്നറിയാൻ ഞാൻ ഉറക്കെ വിളിച്ചു ചോദിച്ചു.

പ്രതികരണമൊന്നുമുണ്ടായില്ല. അടുത്ത നിമിഷം വീടിനുള്ളിൽനിന്നു പുറത്തേക്കൊഴുകിവന്ന യിഡാക്കിയുടെ നാദം എന്റെ കാതുകളിൽ മുഴങ്ങി. അതിന്റെ താളം വായുവിൽ അലകളുതിർത്ത് പുറത്തേക്കൊഴുകിപ്പടരുമ്പോൾ ഞാൻ മോണ്ടിയെ നോക്കി.

അവൻ വീടിനകത്തേക്കു നോക്കി, നിശ്ചലനായ് നില്ക്കുകയായിരുന്നു.

യിഡാക്കിയുടെ ശബ്ദം അനുകരണമായ് അവന്റെ വദനത്തിൽ നിന്നു ചേർന്നൊഴുകാൻ തുടങ്ങിയപ്പോൾ, ഞാൻ അവനടുക്കലേക്കു സാവധാനം നടന്ന് കൈകളിൽ കോർത്തുപിടിച്ചു. കൊച്ചുകുട്ടിയെപ്പോലേ, അനുസരണയോടെ അവൻ എന്റെയൊപ്പം നടന്നു. വരാന്തയിൽ വസ്തുങ്ങൾ ഉരിഞ്ഞിട്ടിരിക്കുന്നിടത്തേക്കു ഞങ്ങൾ നടന്നു.